மகாராஜாவின் மோதிரம்

சத்யஜித் ரே

தமிழில் : வீ.பா. கணேசன்

MAHARAJAVIN MODHIRAM (In Tamil)

by Satyajit Ray

In Tamil: **V.B.Ganesan**

First Edition: November, 2013

Originally Published under the Title *Badshahi Aangti* (Bengali)   Published by: Sandesh - 1966 -67

Published by

BOOKS FOR CHILDREN

im print of Bharathi Puthakalayam

7, Elanco Salai, Teynampet, Chennai - 600 018

Email: thamizhbooks@gmail.com | www.thamizhbooks.com

மகாராஜாவின் மோதிரம்

சத்யஜித் ரே

தமிழில் : வீ.பா. கணேசன்

முதல் பதிப்பு: நவம்பர், 2013

வெளியீடு:

புக்ஸ் ஃபார் சில்ரன்

பாரதி புத்தகாலயத்தின் ஓர் அங்கம்

7, இளங்கோ சாலை, தேனாம்பேட்டை, சென்னை – 600 018

தொலைபேசி : 044 24332424, 24332924, 24356935

விற்பனை உரிமை

7, இளங்கோ சாலை, தேனாம்பேட்டை, சென்னை – 600 018

விற்பனை மையம்

திருவல்லிக்கேணி: 48, தேரடி தெரு

வடபழனி: பேருந்து நிலையம் எதிரில் அடையார் ஆனந்தபவன் மாடியில்

பெரம்பூர்: 52, கூக்ஸ் ரோடு | **ஈரோடு:** 39, ஸ்டேட் பாங்க் சாலை

திண்டுக்கல்: 3சி18, எல்.ஜி.பி. காம்பவுண்ட் | **நாகை:** 1, ஆரியபுத்திரபிள்ளை தெரு

திருப்பூர்: 447, அவினாசி சாலை | **திருவாளூர்:** 35, நேதாஜி சாலை

சேலம்: பாலம் 35. அத்வைத ஆஸ்ரமம் சாலை, | **சேலம்:** 15, வித்யாலயா சாலை

மயிலாடுதுறை: ரசாக் டவர், 1/,கச்சேரி சாலை | **மதுரை:** 37A, பெரியார் பேருந்து நிலையம்

அருப்புக்கோட்டை: 31, அகமுடையார் மகால் | **மதுரை:** சர்வோதயா மெயின்ரோடு,

குன்னூர்: N.K.N வணிகவளாகம் பெட்போர்ட் | **செங்கற்பட்டு:** 1டி., ஜி.எஸ்.டி சாலை

விழுப்புரம்: 26/1, பவானி தெரு | **சிதம்பரம்:** 22A/ 18B தேரடி கடைத் தெரு, கீழவீதி அருகில்

விருதுநகர்: 131, கச்சேரி சாலை | **கும்பகோணம்:** 352, பச்சையப்பன் தெரு

நெய்வேலி: பேருந்து நிலையம் அருகில் | **வேலூர்:** S.P. Plaza 264, பேஸ் II, சத்துவாச்சாரி

விருதாசலம்: 511A, ஆலடி ரோடு | **தஞ்சாவூர்:** காந்திஜி வணிக வளாகம் காந்திஜி சாலை

தேனி: 12,பி, மீனாட்சி அம்மாள் சந்து, இபமால் தெரு | **பழனி:** பேருந்து நிலையம்

கோவை: 77, மசக்காளிபாளையம் ரோடு, பீளமேடு | **திருவண்ணாமலை:** முத்தம்மாள் நகர்

திருச்சி: வெண்மணி இல்லம், களூர் புறவழிச்சாலை | **திருநெல்வேலி:** 25A, ராஜேந்திரநகர்

நாகர்கோவில்: கேவ் தெரு, டோத்தி பள்ளி ஜங்ஷன்

அச்சு : சென்னை மைக்ரோ பிரிண்ட், சென்னை - 29

ஃபெலுடா கதைகள்

சத்யஜித் ரேயின் திரைப்படங்களைப் போலவே அவரது எழுத்துகளும் உலகப் புகழ்பெற்றவை. அவரது கலை மேதைமையை வெளிப்படுத்துபவை. ரேயின் பிரசித்தமான படைப்புகளில் ஒன்று ஃபெலுடா வரிசை கதைகள். இந்தத் துப்பறியும் கதைகளில் வெளிப்படும் அவருடைய எழுத்தின் வேகமும் சீற்றமும் பிரமிப்பூட்டக்கூடியது.

சிறுவயது முதல் துப்பறியும் கதைகள் மீது சத்யஜித் ரேக்கு மிகுந்த ஆர்வம் இருந்து வந்திருக்கிறது. பள்ளிக்கூட நாள்களிலேயே ஷெர்லக் ஹோம்ஸ் கதைகள் முழுவதும் படித்திருக்கிறார். ஒருவகையில் இந்த ஆர்வம்தான் வங்காள இலக்கியத்தின் ஷெர்லக் ஹோம்ஸ் என்று அழைக்கப்பட்ட, ஃபெலுடா கதாபாத்திரம் உருவாவதற்குக் காரணமாக இருந்தது.

ஃபெலுடா கதைகள் அனைத்தும் சத்யஜித் ரே நடத்திய **'சந்தேஷ்'** சிறுவர்கள் பத்திரிகையில்தான் முதலில் வெளியானது. ரேயின் அப்பா வழி தாத்தா உபேந்திர கிஷோர் ரேயினால் தொடங்கப்பட்டது **'சந்தேஷ்'** பத்திரிகை. அவரது காலத்துக்குப் பிறகு ரேயின் தந்தை சுகுமார் ரே இப்பத்திரிகையை நடத்தினார். ஆனால், பொருளாதார இழப்புகள் காரணமாகத் தொடர்ந்து நடத்த முடியாமல் இடையிலேயே நிறுத்திவிட்டார். சத்யஜித் ரே, மீண்டும் 1961ம் வருடம் **'சந்தேஷ்'** பத்திரிகையைத் தொடங்கி, தன் இறுதிக்காலம் வரைக்கும் நடத்தினார். ஃபெலுடா என்ற கதாபாத்திரத்தை உருவாக்கி, 'சந்தேஷில்' தொடர்ந்து துப்பறியும் கதைகள் எழுதினார்.

முதல் ஃபெலுடா கதை 'டார்ஜீலிங்கில் ஓர் அபாயம்' 1965ம் வருடம் வெளியானது. அப்பொழுது, தொடர்ந்து ஃபெலுடா கதைகள் எழுதும் திட்டம் எதுவும் ரேயிடம் இல்லை. ஆனால், 'டார்ஜீலிங்கில் ஓர் அபாயம்' கதைக்கு வங்காள வாசகர்கள்

மத்தியில் கிடைத்த உற்சாக வரவேற்பு, அவரை தொடர்ந்து எழுதத் தூண்டியது. ரே, மொத்தம் 35 ஃபெலுடா கதைகள் எழுதியுள்ளார். இதில் 34 கதைகள் அவரது ஆயுள் காலத்தில் வெளியானது. கடைசிக் கதையான 'மாய உலகின் மர்மம்' ரேயின் மறைவுக்குப் பிறகு 1995ம் வருடம் வெளிவந்தது.

துப்பறியும் நிபுணரான ஃபெலுடாவும், அவரது ஒன்றுவிட்ட சகோதரன் தபேஷும் தான் இக்கதைகளின் பிரதான பாத்திரங்கள். தபேஷ் சொல்வது போல கதைகளை எழுதியுள்ளார் ரே. 'தங்கக் கோட்டை' என்ற கதையிலிருந்து துவங்கி, வங்க மொழியில் ஜனரஞ்சகமான மர்மக்கதை எழுத்தாளராகப் புகழ்பெற்ற 'ஜடாயு' என்ற புனைபெயர் கொண்ட லால்மோகன் கங்குலி என்ற கதாபாத்திரம் இந்த இருவரோடும் இணைந்து கொள்கிறது. அவரது முக்கியமான சிறுவர் திரைப்படங்களான 'ஜொய் பாபா பெலுநாத்', 'சோனார் கெல்லா' ஆகியவை முறையே 'பிள்ளை யாருக்கு பின்னே ஒரு மர்மம்', 'தங்கக் கோட்டை' ஆகிய ஃபெலுடா கதைகளை அடிப்படையாகக் கொண்டு எடுக்கப் பட்டவைதான். ரேயின் மகன் சந்தீப் ரேயும் சில ஃபெலுடா கதைகளைத் திரைப்படமாக எடுத்துள்ளார்.

சிறுவர்களுக்காகவும் இளைஞர்களுக்காகவும்தான் ஃபெலுடா வரிசை கதைகளை சத்யஜித் ரே எழுதினார். என்றாலும், பெரியவர்களும் இக்கதைகளை விரும்பிப் படிக்கிறார்கள். வக்கிர உணர்வுகளைத் தூண்டும் துப்பறியும் கதைகளுக்கு மத்தியில், நாகரிகமான ஃபெலுடா கதைகள், துப்பறியும் கதைகளுக்கு ஓர் இலக்கிய அந்தஸ்தை வழங்குகின்றன.

ஆசிரியர்

சத்யஜித் ரே (மே 2, 1921-ஏப்ரல் 23, 1992) இருபதாம் நூற்றாண்டின் மிக முக்கியமான திரைப்பட இயக்குநர்களில் ஒருவர். ஓவியராக வாழ்க்கையைத் தொடங்கிய ரே, மொத்தம் 37 திரைப்படங்களையும், ஏராளமான ஆவணப்படங்களையும் இயக்கியிருக்கிறார். சத்யஜித் ரேயின் முதல் திரைப்படம், 'பதேர் பாஞ்சாலி பதினொரு சர்வதேச விருதுகளைப் பெற்றது. 1992ல் ரேவிற்கு வாழ்நாள் சாதனைகளுக்கான ஆஸ்கர் விருது வழங்கப்பட்டது. ரே, ஒரு புகழ்பெற்ற எழுத்தாளரும் கூட. குழந்தைகளுக்காகவும் இளைஞர்களுக்காகவும் நிறைய எழுதியிருக்கிறார். அவரது பன்முகத் திறமையில் ஒரு சிறு பகுதி இந்த எழுத்துக்களில் பிரதிபலிக்கிறது என்றே கூறலாம்.

மொழிபெயர்ப்பாளர்

வீ. பா. கணேசன் 35 ஆண்டுகளாக மொழிபெயர்ப்புப் பணியில் ஈடுபட்டு வருபவர். ஆங்கிலம், தமிழ் இரு மொழிகளிலும் எழுதுபவர். சத்யஜித் ரேயுடன் நேரடியாகப் பழகியவர். சென்னையில் இருந்த மேற்கு வங்க தகவல் நிலையத்தில் உதவி இயக்குநராக இருந்து விருப்ப ஓய்வுபெற்று, தற்போது 'ஹிந்து' நாளிதழின் இணையதளப்பிரிவில் மூத்த உதவி ஆசிரியராகப் பணிபுரியும் கணேசன், வங்காள மொழி நன்கறிந்தவர்.

ஒன்று

'இந்த வருஷ விடுமுறைக்கு நாம் லக்னோவுக்குப் போகலாம். நீண்ட நாள்களாகவே நம்மை அங்கே வரச் சொல்லி, திரு அழைத்துக் கொண்டிருக்கிறான்' என்று அப்பா சொன்னபோது, முதலில் நான் வருத்தம் அடைந்தேன். லக்னோ நகரம் ஆரவாரம் ஏதுமற்ற, போர் அடிக்கும் ஓர் ஊர் என்றுதான் நான் நம்பி இருந்தேன். அந்த நேரத்தில் ஹரித்வாருக்கும் லக்ஷ்மண்ஜூலாவுக்கும் (இது மலைப் பகுதியான ஓர் இடமாகும்) செல்லலாம் என்றும் அப்பா சொன்னது உண்மைதான். இருந்தாலும், அது ஒரு சில நாள்களுக்குத்தானே. பொதுவாக நாங்கள் டார்ஜீலிங் அல்லது பூரிக்குச் செல்வதுதான் வழக்கம். இதுபோன்ற மலை அல்லது கடலோரப் பகுதிகளைத்தான் நான் பெரிதும் விரும்பினேன். இந்த இரண்டுமே லக்னோவில் இல்லை. 'நம்மோடு வரும்படி ஃபெலுடாவை வேண்டுமானால் கேட்டுப் பார்க்கலாமா?' என்று நான் அப்பாவைக் கேட்டேன்.

ஃபெலுடாவைப் பொறுத்தவரை அவருக்கென்று ஒரு ராசி உண்டு. அவர் எங்கே போனாலும் சரி, அவரைச் சுற்றி ஏதாவது மர்மமான நிகழ்ச்சிகள் நடக்கத் தொடங்கி விடுகின்றன என்று அவர் சொல்வதுண்டு. அது உண்மையும்கூட. சென்ற முறை அவர் எங்களோடு டார்ஜீலிங்குக்கு வந்திருந்தபோதுதான் ராஜன் பாபுவுக்கு பல விசித்திரமான நிகழ்ச்சிகள் நடந்தன. அதேபோன்று லக்னோவிலும் நடந்தால், அந்த இடம் போர் அடித்தாலும்கூட அதனால் ஒன்றும் நஷ்டமாகி விடாது என்பதுதான் என் எண்ணம்.

ஃபெலுடா தாராளமாக நம்மோடு வரலாம் ஆனால், அவனால் வேலையை விட்டுவிட்டு நம்மோடு வரமுடியுமா? என்று கேட்டார் அப்பா.

நான் இந்த விஷயத்தை ஃபெலுடாவிடம் சொன்னபோது, அவர் மிகுந்த உற்சாகமடைந்தது போலத்தான் தெரிந்தது. 1958இல் ஒரு கிரிக்கெட் மேட்ச் விளையாட அங்கே போயிருக்கிறேன். அது ஒன்றும் மோசமான இடமல்ல. புர்ரா இமாம்பாராவில் உள்ள புல்புலயாவுக்குள் நீ சென்றால், ஆச்சரியத்தில் உன் முழி பிதுங்கிவிடும் என்று மட்டும் நான் நிச்சயமாகச் சொல்வேன். அந்தக் காலத்து நவாப்களுக்குத்தான் எப்படிப்பட்ட கற்பனை வளம் இருந்திருக்கிறது!'

'அப்போ, உங்களுக்கு லீவு கிடைக்குமல்லவா?'

ஃபெலுடா என் கேள்வியைப் பொருட்படுத்தாமல் மேலும் தொடர்ந்தார். 'வெறும் புல்புலயா மட்டுமல்ல; கோம்டி ஆற்றின் மேல் உள்ள குரங்கு பாலத்தை நீ பார்த்தால்தான் புரியும். அதே போலத்தான் உடைத்து நொறுக்கப்பட்ட கவர்னர் மாளிகையும்.'

'அது என்ன மாளிகை?'

'சிப்பாய்க் கலகத்தின்போது அதுதான் பிரிட்டிஷ் படைகளின் மையமாக இருந்தது. அவர்களால் ஒன்றுமே செய்ய முடியவில்லை. சிப்பாய்கள் அதை உடைத்து நொறுக்கி விட்டார்கள்!'

ஃபெலுடா கடந்த இரண்டு வருடங்களாகத்தான் இந்த வேலையில் இருந்து வருகிறார். முதல் வருடத்தில் விடுப்பு ஏதும் எடுக்காத நிலையில், இப்போது ஓரிரு வாரங்கள் அவருக்கு விடுப்பு கிடைப்பது ஒன்றும் கடினமான விஷயமல்ல.

இங்கே ஒரு விஷயத்தைச் சொல்லிவிட வேண்டும். ஃபெலுடா எனக்கு அண்ணன் முறை. எனக்கு பதினான்கு வயது; அவருக்கு இருபத்தியேழு வயது. ஒருசிலர் அவரை பைத்தியக்காரன் என்றுகூட நினைத்தார்கள். வேறு சிலர் 'அவர் வரம்பு மீறி நடப்பவர், அவ்வளவுதான்' என்று சொன்னார்கள். மற்றவர்களோ, அவரை ஒரு சோம்பேறி என்று அழைத்தனர். ஆனால், அவரது வயதில் அவரைப் போன்று புத்திக் கூர்மை உள்ளவர்கள் மிகச் சிலர்தான் இருப்பார்கள் என்று எனக்கு நன்றாகத் தெரியும். அவருக்கு ஒரு வேலை பிடித்திருக்கிறது என்றால், மற்றவர் களைவிட மிகக் கடுமையாக அவரால் வேலை செய்யமுடியும். மேலும், அவரால் நன்றாகக் கிரிக்கெட் விளையாடவும் முடியும். வீட்டுக்குள்ளேயே விளையாடும் விளையாட்டுகளில் குறைந்தது நூறு வகையாவது அவருக்குத் தெரிந்திருக்கும். சீட்டுக் கட்டை வைத்துச் செய்யும் தந்திர விளையாட்டுகள் சிலவும் அவருக்குத்

தெரியும். ஹிப்னாடிசமும் ஓரளவு தெரியும். இரண்டு கைகளாலும் அவர் எழுதுவார். பள்ளியில் படித்துக் கொண்டிருந்த காலத்திலிருந்தே அவரது நினைவுத் திறன் மிகவும் நன்றாக இருந்தது. தாகூர் எழுதிய 'கடவுள்களிடம் இருந்து பிடுங்கியது' என்ற கவிதையை இரண்டே முறை படித்துவிட்டு ஒரு வரிகூட மாறாமல் ஒப்பித்தார்.

ஆனால், இவை அனைத்தையும்விட அவரிடம் இருந்த குறிப் பிடத்தக்கத் திறமை என்பது, எதையும் கூட்டிக் கழித்துப் பார்த்து முடிவெடுக்கும் திறன்தான். படிப்பது, தொடர்ந்த பயிற்சி ஆகிய வற்றின் மூலம் அவர் இத்திறனை வளர்த்துக் கொண்டிருந்தார். அவரது திறமைகளை போலீஸ் உணரும் நேரம் இன்னும் வரவில்லை. எனவே, வெறும் பொழுது போக்குக்காகத் துப்பறியும் நிபுணராகவே ஃபெலுடா இப்பொழுது இருந்து வந்தார்.

ஒரு நபரை, ஒரே ஒருமுறை பார்த்தாலே போதும்; அவரைப் பற்றிய பல விஷயங்களை ஃபெலுடாவால் மிகச் சரியாக சொல்லிவிட முடியும்.

லக்னோ ஸ்டேஷனில் நாங்கள் திரு மாமாவைச் சந்தித்தபோது, அவரைப் பார்த்து விட்டு ஃபெலுடா என்னிடம் கிசுகிசுத் தார்: 'என்ன, உங்கள் மாமாவுக்கு தோட்ட வேலை என்றால் மிகுந்த விருப்பம் போல் தெரிகிறதே!'

திரு மாமாவின் வீட்டில் ஒரு தோட்டம் இருக்கிறது என்று எனக்குத் தெரியும். ஆனால், ஃபெலுடாவுக்கு அது தெரிந்திருக்க வாய்ப்பில்லை. என்ன இருந்தாலும் திரு மாமா எங்கள் உறவினர் அல்ல. என் அப்பாவும் அவரும் சிறுவயது நண்பர்கள்.

'உங்களால் எப்படி ஊகிக்க முடிந்தது?' என்று நான் வியப்புடன் கேட்டேன்.

ஃபெலுடா அப்போதும் கிசுகிசுத்தார். 'அவர் திரும்பும்போது பார். அவரது வலது காலணியின் கீழ் ஒரு ரோஜா இதழ் ஒட்டிக் கொண்டிருக்கும். அதுபோக, அவரது வலதுகை சுட்டு விரலில் அயோடின் டிங்ச்சர் தடவிய வாசனையையும் உணரலாம். இன்று காலையில் ரோஜா செடிகளுக்கிடையே கைவைத்தபோது ஏற்பட்ட காயத்துக்குப் போட்ட மருந்தாகக்கூட அது இருக்கலாம்!'

ஸ்டேஷனில் இருந்து திரு மாமாவின் வீட்டுக்கு செல்லும் வழியில்தான் லக்னோ எவ்வளவு அழகான நகரம் என்பதை நான் உணர்ந்தேன். எங்கு பார்த்தாலும் மாடங்களும் கூம்புகளும் நிறைந்த கட்டடங்கள் தெரிந்தன. சாலைகளும்கூட மிக அகல

மாக, சுத்தமாகவே இருந்தன. மோட்டார் கார்களைத் தவிர, இரண்டு விதமான குதிரை வண்டிகளும் சாலையில் சென்று கொண்டிருந்தன.

திரு மாமா கேட்டார்: 'இந்த அழகான இடத்துக்கு வந்தது பற்றி உனக்கு மகிழ்ச்சிதானே? இது ஒன்றும் கல்கத்தாவைப் போல அழுக்காக இல்லை, அப்படித்தானே?

அப்பாவும் திரு மாமாவும் பின்சீட்டில் உட்கார்ந்திருந்தார்கள். நானும் ஃபெலுடாவும் டிரைவருக்குப் பக்கத்தில் அமர்ந்திருந்தோம். அந்த டிரைவரின் பெயர், தீன தயாள் சிங். ஃபெலுடா மீண்டும் என்னிடம் கிசுகிசுத்தார். 'அவரிடம் பூல்புலையாவைப் பற்றிக் கேள்!'

ஃபெலுடா என்னை எதையாவது செய்யச் சொன்னால், அதைத் தவிர வேறெதையும் செய்ய முயற்சிப்பது எனக்குக் கஷ்டமாக இருக்கும். எனவே, நான் கேட்டேன்: 'திரு மாமா, பூல்புலையா என்பது என்ன?

'நீயே பார்த்துக் கொள்!' என்று கூறிக்கொண்டே திரு மாமா சிரித்தார். 'உண்மையில் அது இமாம்பாராவுக்குள் இருக்கும் அதிசயமான வளைவுகள் நிறைந்த ஒரு குகையாகும். அந்தக் காலத்தில் நவாப்கள் தங்களது மனைவிகளுடன் அதுக்குள்ளேதான் ஒளிந்து கண்ணாமூச்சி விளையாட்டு விளையாடுவார்கள்.'

இந்த முறை ஃபெலுடாவே பேசினார். 'பயிற்சி பெற்ற வழி காட்டியை நம்மோடு வைத்துக் கொள்ளாவிட்டால், அதிலிருந்து வெளியே வர முடியாது என்பது உண்மையா என்ன?

'ஆமாம். அப்படித்தான் நான் நம்புகிறேன். நீண்ட நாள்களுக்கு முன்பு, ஒரு பிரிட்டிஷ் வீரர் சற்றே குடிபோதையில் யாரோ ஒருவரிடம் பந்தயம் கட்டினார். அந்தக் குகைக்குள் தன்னுடன் யாரும் வரக்கூடாது என்றும், தானே வெளியே வந்து விடுவேன் என்றும் சொல்லிவிட்டு அவர் உள்ளே போனார். இரண்டு நாள்கள் கழித்து, குகையின் உள்ளே ஒரு சந்துக்குள் அவரது உடல்தான் கண்டெடுக்கப்பட்டது.'

என் இதயம் இப்பொழுது வேகமாக அடித்துக் கொள்ளத் தொடங்கியது. நான் ஃபெலுடாவிடம் கேட்டேன்: 'நீங்கள் அந்தக் குகைக் குள் தனியாகப் போயிருக்கிறீர்களா அல்லது வழிகாட்டி யுடனா?

'நான் வழிகாட்டியை வைத்துக் கொண்டுதான் போனேன். ஆனால், தனியாகவும் போக முடியும்!'

'உண்மையாகவா?'

நான் அவரை உற்று நோக்கினேன். உண்மையில் ஃபெலுடாவுக்கு எதுவுமே கடினமான விஷயமல்ல என்று எனக்குத் தெரியும்.

'அது எப்படி முடியும்?'

ஃபெலுடாவின் கண்கள் தாழ்ந்து நோக்கின. அவர் இருமுறை தலையை ஆட்டிய போதிலும், எதுவும் பேசாமல் அமைதியாகவே இருந்தார். இனி அவர் பேசமாட்டார். லக்னோ நகரத்தின் விஷயங்கள் ஒவ்வொன்றையும் அவரது கண்கள் உள்வாங்கிக் கொண்டிருந்தன.

திரு மாமா, ஒரு வக்கீல். இருபது ஆண்டுகளுக்கு முன்பு அவர் லக்னோவுக்கு வந்து தங்கினார். சட்டத் துறையில் அவர் நன்கு பிரபலமானவராக இருந்தார் என்றே நம்புகிறேன். மூன்று ஆண்டுகளுக்கு முன்புதான் அவர் தன் மனைவியை இழந்தார். அவரது மகன் ஜெர்மனியில் ஃப்ராங்க்பர்ட் நகரில் இருக்கிறார். எனவே, இங்கு தனியாகத்தான் அவர் வசித்து வருகிறார். ஜக்மோகன் என்ற உதவியாளரும் ஒரு சமையல்காரரும் ஒரு தோட்டக்காரரும் அவருடன் இருக்கின்றனர். செகந்தர்பாக் பகுதியில் இருந்த அவரது வீடு, ஸ்டேஷனில் இருந்து மூன்று மைல்கள் தூரத்தில் இருந்தது. வீட்டின் முக்கிய நுழைவாயிலில் டி.கே.சன்யால் எம்.ஏ., பி.எல்.பி., அட்வகேட் என்ற பெயர்ப் பலகை தொங்கியது.

கூழாங்கற்கள் பதிக்கப்பட்ட ஒரு பாதை அந்தப் பங்களாவை நோக்கிச் சென்றது. இப்பாதையின் இரு பக்கங்களிலும் தோட்டம் இருந்தது. புற்களை வெட்டும் கருவியுடன் ஒரு தோட்டக்காரர் வேலை செய்து கொண்டிருப்பதை, நாங்கள் கதவுக்கு அருகில் வந்தபோதுதான் கவனித்தேன்.

மதிய உணவு முடிந்த பிறகு அப்பா கூறினார்: 'பயணத்துக்குப் பிறகு உங்களுக்குக் களைப்பாக இருக்கும். எனவே, ஊர் சுற்றிப் பார்ப்பதை நாளையிலிருந்து தொடங்கலாம்.' அப்பா, அன்று மதியம் முழுவதையும் சீட்டுக் கட்டுகளை வைத்து செய்யும் தந்திர விளையாட்டுகளைக் கற்றுக் கொள்வதில் செலவழித்தார். அப்போது ஃபெலுடா சொன்னார்: 'ஐரோப்பியர்களை விட இந்தியர்களின் விரல்கள் நெளிவு சுளிவானவை. கைகளின் சிறு அசைவுகளால் செய்யப்படும் இந்த விளையாட்டுகளைக் கற்றுக் கொள்வது இந்தியர்களுக்கு மிகவும் எளிது.'

அன்று மாலை நாங்கள் தோட்டத்தில் அமர்ந்து தேநீர் அருந்தினோம். அங்கிருந்த யூகலிப்டஸ் மரத்துக்குக் கீழே தேநீர்

கோப்பைகளோடு நாங்கள் அமர்ந்திருந்த போது, வெளிவாயிலுக்கு அருகே ஒரு கார் வந்து நின்றது. அதைப் பார்க்காமலேயே ஃபெலுடா, 'ஃபியட்' என்று கூறினார். அப்போது, வீட்டுக்கு வரும் பாதையில் காலடிச் சத்தம் எழுந்தது. சிறிது நேரத்தில் சாம்பல் நிற கோட் அணிந்த ஒருவர் தென்பட்டார். அவர் கண்ணாடி அணிந்து, நல்ல சிவப்பாக இருந்தார். அவரது தலைமுடியின் பெரும்பகுதி நரைத்திருந்தது. இருந்தாலும், என் தந்தையை விட மூத்தவராக அவர் தோன்றவில்லை.

திரு மாமா புன்னகையுடன் எழுந்து, வந்தவருக்குக் கைகூப்பி வணக்கம் தெரிவித்தார். பிறகு 'ஜக்மோகன் இன்னொரு நாற்காலி கொண்டு வா!' என்று குரல் கொடுத்தார்.

பின்பு, திரும்பி என் அப்பாவை பார்த்தவாறு கூறினார்: 'எனது மிகவும் சிறப்பான நண்பரை உனக்கு அறிமுகப்படுத்துகிறேன். இவர்தான் டாக்டர் ஸ்ரீவத்சவா.'

இதற்குள் நானும் ஃபெலுடாவும் எங்கள் இருக்கைகளைவிட்டு எழுந்திருந்தோம். அடித் தொண்டையில் ஃபெலுடா கூறினார்: 'ஏதோ காரணத்தால் அவர் நடுங்கிக் கொண்டிருக்கிறார் போல் இருக்கிறது. உன் அப்பாவுக்கு வணக்கம் சொல்வதைக்கூட அவர் மறந்து விட்டார்.'

திரு மாமா தொடர்ந்தார்: 'ஸ்ரீவத்சவா, எலும்பு குறித்த சிறப்பு மருத்துவர். உண்மையான லக்னோவாசி.'

ஃபெலுடா மீண்டும் முணுமுணுத்ததை என்னால் கேட்க முடிந்தது. 'அவர் எந்தவகை மருத்துவர் என்று உனக்குப் புரிகிறதா?'

'இல்லை.'

'உனது எலும்புகளில் ஏற்படும் பிரச்னைகளை சரி செய்வதில் கவனம் செலுத்தும் மருத்துவர்.'

மேலும், ஒரு நாற்காலி வந்து சேர்ந்தது. நாங்கள் அனைவரும் அமர்ந்தோம். டாக்டர் ஸ்ரீவத்சவா கவனக்குறைவாக என் அப்பாவின் தேநீர் கோப்பையை எடுத்து வாயில் வைக்கப் போனார். அப்பா மெதுவாகக் கனைத்தார். டாக்டர் ஸ்ரீவத்சவா வுக்குத் தூக்கிவாரிப் போட்டது. 'என்னை மன்னித்து விடுங்கள்' என்று கூறிக்கொண்டே தேநீர் கோப்பையைக் கீழே வைத்தார்.

திரு மாமா சிறிது கவலையுடன் கேட்டார்: 'நீங்கள் கொஞ்சம் ஆழ்ந்த சிந்தனையில் இருப்பதுபோல் தெரிகிறது. என்ன,

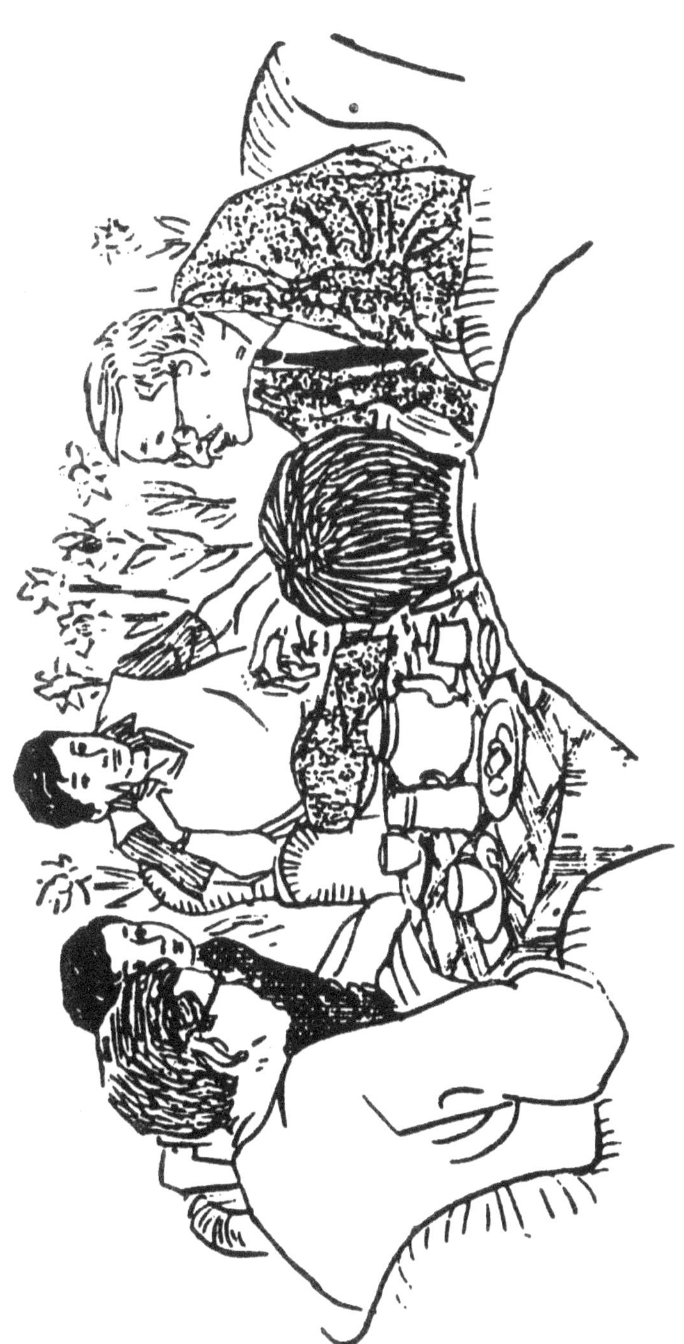

ஏதாவது கஷ்டமான நோயாளியைப் பற்றி சிந்தித்துக் கொண்டிருக்கிறீர்களா?'

இந்த நேரத்தில் அப்பா தலையிட்டார். 'திரு! நீ அவரிடம் வங்காளியில் பேசிக்கொண்டு இருக்கிறாய். அதை அவரால் புரிந்துகொள்ள முடியுமா?'

திரு மாமா சிரித்தார். 'புரிந்து கொள்வதா? கடவுளே! கடவுளே!! ஸ்ரீவத்சவா தாகூரின் கவிதையில் இருந்து ஏதாவது எடுத்து விடேன்!'

டாக்டர் ஸ்ரீவத்சவா சிறிது சங்கடப்பட்டது போல் தோன்றியது. 'எனக்குக் கொஞ்சம் வங்காளி மொழி தெரியும். தாகூரின் எழுத்து களையும் கூட படித்திருக்கிறேன்' என்றார் அவர்.

'உண்மையாகவா?'

'ஆமாம். மாபெரும் கவிஞர் அவர்.'

அவர்கள் இப்போது கவிதை பற்றி ஒரு பெரும் விவாதத்தைத் தொடங்கிவிடுவார்கள் என்று நினைத்தேன். ஆனால், சிறிது நடுங்கும் கைகளுடன் தேநீர் கோப்பையை எடுத்தவாறே டாக்டர் ஸ்ரீவத்சவா சொன்னார்: நேற்று இரவு என் வீட்டுக்கு ஒரு திருடன் வந்திருந்தான்.'

'திருடனா! யார் அது?'

திரு மாமா அடுத்துப் பேசிய வார்த்தைகள் அதை மேலும் தெளிவாக்கின. 'நீங்கள் என்ன சொல்கிறீர்கள், கொள்ளைக்காரனா? அவர்கள் மத்தியப் பிரதேசத்தில் மட்டும்தான் இருக்கிறார்கள் என்றல்லவா நினைத்தேன்? எப்படி அதில் ஒருவன் மட்டும் லக்னோவுக்கு வரமுடியும்?'

'நீங்கள் திருடன் என்று சொன்னாலும் சரி, கொள்ளைக்காரன் என்று சொன்னாலும் சரி! திரு. சன்யால், என் மோதிரம் பற்றி உங்களுக்குத் தெரியுமல்லவா?'

'பியாரிலால் உங்களுக்குக் கொடுத்தாரே அந்த மோதிரமா? அது திருடு போய்விட்டதா என்ன?'

'இல்லை; இல்லை. அதைத் திருடத்தான் அந்தத் திருடன் வந்திருக்க வேண்டும் என்று நான் நினைக்கிறேன்.'

'அந்த மோதிரத்தில் அப்படி என்ன விசேஷம்?' என்று கேட்டார் என் அப்பா.

டாக்டர் ஸ்ரீவத்சவா, திரு மாமாவின் பக்கம் திரும்பி, 'நீங்களே சொல்லுங்கள்' என்றார்.

திரு மாமா விளக்கினார். 'பியாரிலால், லக்னோவிலேயே மிகவும் புகழ்பெற்ற, பணக்கார வியாபாரி. பிறப்பில் குஜராத்தியான அவர், சிறிது காலம் கல்கத்தாவிலும் இருந்திருக்கிறார். எனவே, அவருக்கு ஓரளவு வங்காளியும் தெரியும். அவரது மகன் மகாவீர் பதிமூன்று வயதாக இருந்தபோது, மிகக் கொடூரமான ஓர் எலும்பு நோயால் பாதிக்கப்பட்டிருந்தான். அப்போது, டாக்டர் ஸ்ரீவத்சவாதான் அவனை அந்த நோயில் இருந்து காப்பாற்றினார். பியாரிலாலின் மனைவி இறந்து வெகு நாள்களாகி விட்டன. அவரது முதல் இரண்டு மகன்களும்கூட சில ஆண்டுகளுக்கு முன்னால் டைபாய்ட் காய்ச்சலில் இறந்துவிட்டனர். எனவே, அவருக்கிருந்த ஒரே மகனை டாக்டர் ஸ்ரீவத்சவா காப்பாற்றியதில், அவர் எவ்வளவு நன்றி உணர்வுடன் இருந்திருப்பார் என்பதை நீங்களே ஊகித்துக் கொள்ளலாம். அவர் இறப்பதற்கு முன்பு டாக்டர் ஸ்ரீவத்சவாவுக்கு மிகவும் விலை உயர்ந்த, அரிய ஒரு மோதிரத்தைக் கொடுத்தார்.'

'அவர் எப்போது இறந்தார்?'

இதற்கு ஸ்ரீவத்சவா பதிலளித்தார். 'கடந்த ஜூலை மாதத்தில். அதாவது, மூன்று மாதங்களுக்கு முன்புதான். கிட்டத்தட்ட அவரது உயிரைப் பறிக்கப் பார்த்த முதல் நெஞ்சுவலி, மே மாதத்தில் வந்தது. அப்பொழுதுதான் அவர் அந்த மோதிரத்தை என்னிடம் கொடுத்தார். அதன்பிறகு, இரண்டாவது முறையாக நெஞ்சுவலி ஜூலை மாதத்தில் ஏற்பட்டது. அப்பொழுதும் நான் அவரைப் போய் பார்த்தேன். ஆனால், கண்மூடித் திறக்கும் நேரத்துக்குள் எல்லாமே முடிந்துவிட்டது. இதோ பாருங்கள்...'

ஸ்ரீவத்சவா தனது பாக்கெட்டிலிருந்து ஒரு நீல நிற வெல்வெட் பெட்டியை வெளியே எடுத்தார். அது தீப்பெட்டியை விட சற்றே பெரியதாக இருந்தது. அவர் அதன் மூடியைத் திறந்தபோது உள்ளே இருந்த பொருளின் மீது மாலை நேர சூரியக் கதிர்கள் பாய்ந்து, வானவில் போன்று தோன்றி, எங்கள் கண்களை திகைப்பில் ஆழ்த்தியது.

அந்தப் பெட்டியிலிருந்து மோதிரத்தை வெளியே எடுப்பதற்கு முன்னால் டாக்டர் ஸ்ரீவத்சவா சுற்றுமுற்றும் பார்த்தார்.

அந்த மோதிரத்தின் நடுப்பகுதியில் ஒரு பெரிய வெள்ளை நிறக் கல் ஒளிவிட்டுக் கொண்டிருந்தது. அதைச் சுற்றிலும் சிறிய சிவப்பு, நீலம், பச்சை நிறக் கற்கள் பதிக்கப்பட்டிருந்தன.

இவ்வளவு அழகான ஒரு மோதிரத்தை நான் இதுவரையில் பார்த்ததே இல்லை.

நான் ஓரக் கண்ணால் ஃபெலுடாவை பார்த்தேன். அவரோ யூகலிப்டஸ் மரத்தின் காய்ந்த இலையொன்றால் காதுகளை வருடியவாறு இருந்தார். ஆனால், அவரது கண்கள் அந்த மோதிரத்தின் மீதே நிலைத்து நின்றன.

'இது மிகவும் பழமையானதாக இருக்கும் என்று நினைக்கிறேன். இதற்குப் பின்னால் வரலாறு ஏதும் இருக்கிறதா என்ன?' என்று அப்பா கேட்டார்.

டாக்டர் ஸ்ரீவத்சவா மோதிரத்தை மீண்டும் அந்தப் பெட்டி யிலேயே வைத்து, மூடி, தன் பாக்கெட்டில் வைத்துவிட்டு, தேநீர் கோப்பையை எடுத்தார்.

'ஆமாம். அப்படி ஒரு வரலாறு இருக்கத்தான் செய்கிறது. இந்த மோதிரம் முந்நூறு ஆண்டுகளுக்கும் மேலான பழமை வாய்ந்தது. இது ஒரு காலத்தில் மகாராஜா ஔரங்கசீப்புக்கு சொந்தமானதாக இருந்தது.'

அப்பா கண்கள் வெறிக்கப் பார்த்தார்.

'என்ன சொல்கிறீர்கள்; ஔரங்கசீப் என்றா சொல்கிறீர்கள்? ஷாஜஹானின் மகனா?'

'ஆமாம். ஆனால், நான் கேட்ட வரலாறு அவர் வெறும் இளவரசனாக இருந்த காலத்தைச் சேர்ந்தது. அன்றைக்குப் பேரரசராக இருந்த ஷாஜஹான் சமர்கண்ட் பகுதியைக் கைப்பற்ற முயற்சித்து வந்தார். ஆனால், அவரது படைகள் தொடர்ந்து தோல்வியையே சந்தித்துக் கொண்டிருந்தன. ஒருமுறை இளவரசர் ஔரங்கசீப் தலைமையில் அவர் தனது படைகளை அனுப்பி வைத்தார். இந்தத் தாக்குதலில் ஔரங்கசீப்புக்கு மிக மோசமான காயம் ஏற்பட்டது. அவர் இறந்தே போயிருக்கக் கூடும். ராணுவத்தில் இருந்த அதிகாரி ஒருவர்தான் அவரது உயிரைக் காப்பாற்றினார். அவருக்கு ஔரங்கசீப், தான் அணிந்திருந்த மோதிரத்தைப் பரிசாக வழங்கினார்.'

'அப்படியா, நம்பவே முடியவில்லை!'

'ஆமாம். ஆக்ராவில் இருந்த அந்த ராணுவ அதிகாரியின் சந்ததியினரிடம் இருந்துதான் பியாரிலால் இந்த மோதிரத்தை வாங்கினார். இதற்கு என்ன விலை கொடுத்தார் என்று எனக்குத் தெரியாது. ஆனாலும், நான் இந்தக் கற்களை பரிசோதிக்கச்

சொன்னேன். பெரியதாக இருக்கும் கல் உண்மையில் வைரம்தான். அப்படியானால் இதன் மதிப்பு எவ்வளவு இருக்கும் என்பதை நீங்களே கற்பனை செய்து கொள்ளுங்கள்!'

திரு மாமா சொன்னார்: 'குறைந்தது இரண்டு லட்ச ரூபாயாவது இருக்கும். ஒளரங்கசீப்புக்கு சொந்தமானது என்பதற்குப் பதிலாக ஜஹனான் காஜுக்கு சொந்தமானது என்று வைத்துக் கொண்டாலும், இதன் மதிப்பு குறைந்தது ஒன்றரை லட்ச ரூபாயாவது இருக்கும்!'

'எனவே, நேற்று நடந்த சம்பவத்துக்குப் பிறகு நான் ஏன் கலக்கமடைந்திருக்கிறேன் என்று இப்பொழுது உங்களுக்கு விளங்கியிருக்கும். நான் தனியாகத்தான் இருக்கிறேன் என்று உங்களுக்கும் தெரியும். என்னுடைய நோயாளிகளை கவனிப்பதற்காக நான் எல்லா நேரங்களிலும் வெளியே போக வேண்டியிருக்கிறது. போலீஸில் இதைப் பற்றி சொல்லலாம். ஆனால் அப்படி புகார் செய்து, அதனால் அதன்பிறகு யாராவது என்னைத் தாக்கினால் என்ன செய்வது? நீங்கள் எதையும் உறுதியாகச் சொல்லமுடியாது, இல்லையா? உண்மையில் இந்த மோதிரத்தை ஏதாவது ஒரு வங்கியில் பாதுகாப்பாக வைத்துவிடலாம் என்றுகூட ஒருசமயம் நினைத்தேன். ஆனால், அது சரியாக இருக்காது என்றும் எனக்குத் தோன்றியது. ஏனென்றால், என் நண்பர்களுக்கு அதை எடுத்துக் காண்பிப்பதை நான் மிகவும் விரும்பினேன். அதனால்தான் அதை என் வீட்டிலேயே வைத்திருந்தேன்.'

'நிறைய பேருக்கு அதை எடுத்துக் காண்பித்திருக்கிறீர்களா?' என்று திரு மாமா கேட்டார்.

'இல்லை ஒருசில மாதங்களுக்கு முன்புதான் இந்த மோதிரம் எனக்குக் கிடைத்தது. என் வீட்டுக்கு வருகிறவர்கள் எல்லோரும் என் நண்பர்கள்தான். வேறு எவரிடமும் நான் இதைக் காண்பிக்கவில்லை.'

இருட்டத் தொடங்கிவிட்டது. மிச்சம் மீதி இருந்த வெளிச்சத்தில் யூகலிப்டஸ் மரத்தின் உச்சி பிரகாசித்தது. அதுவும்கூட சிறிது நேரத்தில் மறைந்துவிடும். நான் டாக்டர் ஸ்ரீவத் சவாவை நோக்கினேன். அவர் அமைதியிழந்து இருப்பதாக எனக்குத் தோன்றியது.

'உள்ளே போகலாம். இதைப் பற்றி நாம் கொஞ்சம் யோசிக்க வேண்டும்' என்று திரு மாமா கூறினார்.

நாங்கள் தோட்டத்தை விட்டு எழுந்து சென்று வரவேற்பு அறையில் அமர்ந்தோம். இந்த விஷயத்தில் ஃபெலுடா ஆர்வம்

செலுத்துவதாகவே தெரியவில்லை. நாங்கள் உட்கார்ந்ததும் அவர் பையிலிருந்து சீட்டுக்கட்டை எடுத்து, சமீபத்தில் தான் கற்றுக்கொண்ட தந்திரமுறையைப் பயிற்சி செய்யத் தொடங்கி விட்டார்.

எனது அப்பா பொதுவாக, பேசுவது அரிது. பேசும் போதும் வார்த்தைகளை அளந்துதான் பேசுவார். அவர் இப்பொழுது கேட்டார்: 'உங்கள் மோதிரத்தைத் திருடுவதற்குத்தான் அந்தத் திருடன் வந்தான் என்று நீங்களாக ஏன் நினைத்துக்கொள்ள வேண்டும்? வேறு எதுவும் திருடு போனதா? ஏதாவது பணம் கண்ணுக்குத் தென்பட்டால் எடுத்துச் செல்ல முயலும் சாதாரண திருடனாகக் கூட அவன் இருக்கலாம், அல்லவா?'

டாக்டர் ஸ்ரீவத்சவா சொன்னார்: 'நல்லது. இதற்கு விளக்கம் தரத்தான் வேண்டும். பொதுவாக எங்கள் பகுதியில் திருடர்களோ, கொள்ளைக்காரர்களோ தலைகாட்டுவதே இல்லை. இதற்கு முக்கியக் காரணம் வனபிகாரி பாபு. மேலும் என் பக்கத்து வீட்டுக்காரரான திரு. ஜுன்ஜுன் வாலா, அவருக்குப் பக்கத்து வீட்டில் வசிக்கும் திரு. பில்லி மோரியா ஆகிய இருவருமே பெரும் பணக்காரர்கள். வீட்டைப் பார்த்தே அவர்கள் எத்தகைய செல்வந்தர்கள் என்பதை உங்களால் சொல்லிவிட முடியும். அப்படி இருக்கும்போது, சாதாரணமான என் வீட்டுக்கு ஏன் திருடன் வரவேண்டும்?'

'உங்கள் அண்டை வீட்டுக்காரர்கள் பணக்காரர்கள் என்றால், தங்கள் சொத்தினைப் பாதுகாப்பதற்குத் தேவையான ஏற்பாடுகளையும் அவர்கள் செய்திருக்க வேண்டும். பலத்த பாது காப்பை உடைத்துக்கொண்டு, அவர்கள் வீட்டில் திருடுவதற்கு எந்தச் சாதாரணத் திருடனும் முயல மாட்டான். என்ன இருந்தாலும், ஏராளமான பணத்தை எடுத்துச் செல்வது என்ப தொன்றும் அவனது நோக்கமாக இருக்காது. அவன் கைக்கு வெறும் ஐந்நூறு ரூபாய் கிடைத்தால்கூட போதும். அதை வைத்துக் கொண்டு ஆறு மாதங்களை ஓட்டி விடுவான் என்றுதான் நான் நினைக்கிறேன். எனவேதான், அந்தத் திருடன் உங்கள் அண்டை வீட்டுக்காரர்களின் வீட்டில் புகாமல், உங்கள் வீட்டுக்குள் புகுந்திருப்பதில் எனக்கு எந்த ஆச்சரியமும் இல்லை.'

டாக்டர் ஸ்ரீவத்சவா தொடர்ந்து சந்தேகத்தை சுமந்தவராகவே இருந்தார். 'எனக்கு ஒன்றும் புரியவில்லை திரு. சன்யால்! அவன் அந்த மோதிரத்தைத் தேடித்தான் வந்திருக்கிறான் என்று நான்

உறுதியாக நம்புகிறேன். என் அறைக்குப் பக்கத்து அறையில் உள்ள ஒரு சிறு அலமாரியைத் திறந்து, அதன் டிராயர்களையும் வெளியே இழுத்திருக்கிறான். அவற்றிலும் மதிப்புமிக்க பொருள்கள் இருந்தன. அவற்றை எடுத்துக்கொள்வதற்குப் போதுமான நேரமும் அவனுக்கு இருந்தது. என்றாலும்கூட, நான் திடீரென்று விழித்துக்கொண்டபோது, ஒரு பொருளைக்கூட எடுக்காமல் அவன் ஓடி விட்டான். இதுதான் எனக்கு விசித்திரமாகப் படுகிறது. மேலும்...'

நெற்றியைச் சுருக்கியவாறே ஸ்ரீவத்சவா திடீரென்று தன் பேச்சை நிறுத்தினார். சிறிது நேர அமைதிக்குப் பிறகு அவர் மீண்டும் பேச்சைத் தொடர்ந்தார். 'பியாரிலால் அந்த மோதிரத்தை எனக்குக் கொடுத்தபோது, அதை எப்படியாவது தன்னிடம் இருந்து கழற்றி விட வேண்டும் என்று முயற்சித்ததாகவே எனக்குத் தோன்றியது. ஏதோ ஒரு காரணத்தினால், அதைத் தன் வீட்டில் வைத்திருக்க அவர் விரும்பவில்லை. மேலும்...'

பேச்சை நிறுத்திவிட்டு மீண்டும் ஒருமுறை நெற்றியைச் சுருக்கினார்.

'அப்புறம் என்ன டாக்டர் ஸ்ரீவத்சவா?' என்று திரு மாமா கேட்டார்.

ஸ்ரீவத்சவா பெருமூச்சு விட்டார். 'அவருக்கு இரண்டாவது முறையாக நெஞ்சுவலி வந்தபோது, நான் அவரைப் பார்க்கச் சென்றிருந்தேன். அவர் என்னிடம் எதையோ சொல்ல முயற்சித்தார். ஒரே ஒரு வார்த்தைதான் எனக்குத் தெளிவாகக் கேட்டது.'

'என்ன அது?'

'ஸ்பை (உளவாளி), ஸ்பை என்று அவர் இரண்டு முறை கூறினார்.'

திரு மாமா சோபாவில் இருந்து எழுந்தார்.

'இல்லை டாக்டர். பியாரிலால் என்ன சொன்னார் என்பது ஒன்றும் பெரிய விஷயமில்லை. உங்கள் வீட்டுக்கு வந்தவன் சாதாரண திருடன்தான் என்று நான் இப்பொழுது உறுதியாக நம்புகிறேன். உங்களுக்குத் தெரியாமல் இருந்திருக்கலாம்; பாரிஸ்டர் பூதேவ் மித்ராவின் வீட்டில்கூட சமீபத்தில் திருட்டு நடந்திருக்கிறது. ஒரு ரேடியோ, சில வெள்ளிப் பாத்திரங்களை அவர்கள் எடுத்துச் சென்றுள்ளனர். உங்கள் வீட்டில் இந்த மோதிரத்தை வைத்திருக்க உங்களுக்குப் பயமாக இருந்தால், என்னிடம் கொடுத்துவிடுங்கள். நான் அதை கோத்ரெஜ் அலமாரியில் பாதுகாப்பாக வைக்கிறேன்.

உங்கள் பயம் நீங்கிய பிறகு, நீங்கள் அதை வாங்கிச் செல்லலாம்.'

ஸ்ரீவத்சவா இதைக் கேட்டு நிம்மதி அடைந்தவரைப் போலத் தோன்றினார். அவரது உதட்டில் சிரிப்பும் தென்பட்டது.

'இதைச் சொல்வதற்குத்தான் நான் இங்கு வந்தேன். ஆனால், என்னால் சொல்வதற்கு முடியவில்லை. மிக்க நன்றி மிஸ்டர் சன்யால். உங்களிடம் அந்த மோதிரம் இருந்தால் எனக்கு மிகவும் நிம்மதியாக இருக்கும்.'

தனது பாக்கெட்டிலிருந்து அந்த மோதிரத்தை எடுத்து, திரு மாமாவிடம் அவர் கொடுத்தார். திரு மாமா, அதை நேரடியாக தனது படுக்கையறைக்கு எடுத்துச் சென்றார்.

இந்த நேரத்தில்தான் ஃபெலுடா வாயைத் திறந்தார். 'வனபிகாரி பாபு என்பது யார்?

அப்போதுகூட ஓரளவு கவனமின்றி இருந்த டாக்டர் ஸ்ரீவத்சவா, 'நீங்கள் என்ன சொன்னீர்கள்?' என்று கேட்டார்.

'வனபிகாரி பாபு அங்கிருப்பதால்தான் உங்கள் வீடுகள் திருடர்களின் தொல்லை இல்லாமல் பாதுகாப்பாக இருக்கின்றன என்று இப்போதுதானே சொன்னீர்கள், அவர் யார்? போலீஸில் இருப்பவரா என்ன?

ஸ்ரீவத்சவா சிரித்தவாறே கூறினார்: 'இல்லை; இல்லை. அவருக்கும் போலீஸுக்கும் எந்தத் தொடர்பும் இல்லை. ஆனால், போலீஸால் கொடுக்க முடிந்ததைவிடச் சிறந்த பாதுகாப்பை அவர் அளித்து வருகிறார். முற்றிலும் விசித்திரமான மனிதர் அவர். அவரது முன்னோர்கள் வங்காளத்தில் ஜமீன்தார்களாக இருந்தவர்கள். அவர்கள் தங்கள் நிலத்தை இழந்தபோது வனபிகாரி பாபு வியாபாரத்தில் நுழைந்தார். அவர் மிருகங்களை ஏற்றுமதி செய்யத் தொடங் கினார்.'

'மிருகங்களையா?' என்று அப்பாவும் ஃபெலுடாவும் ஒரே நேரத்தில் கேட்டனர்.

'ஆமாம். ஐரோப்பா, அமெரிக்கா, ஆஸ்திரேலியா ஆகிய நாடுகளில் உள்ள அவர்களது மிருகக்காட்சி சாலைக்காகவும், சர்க்கஸ்களுக்காகவும், தொலைக்காட்சி நிகழ்ச்சிகளுக்காகவும் இங்கிருந்து விலங்குகள் தேவைப் படுகின்றன. இந்தியர்கள் பலரும் இத்தொழிலை செய்து வருகின்றனர். வனபிகாரி பாபுவும் இந்தத் தொழிலில் நிறைய பணம் சம்பாதித்தார் என்றுதான் நினைக்கிறேன்.

மூன்று ஆண்டுகளுக்கு முன்னால் இத் தொழிலில் இருந்து ஓய்வு பெற்று, அவரிடம் இருந்த சில மிருகங்களுடன் இங்கே லக்னோவுக்கு வந்து குடியேறினார். என் வீட்டுக்கு அருகிலேயே ஒரு வீட்டை வாங்கி, அதையே ஒரு மிருகக் காட்சி சாலையாக மாற்றியிருக்கிறார்.'

'மிகவும் விசித்திரமாக இருக்கிறதே!' என்று அப்பாவியந்தார்.

'ஆமாம். இந்த மிருகக் காட்சி சாலையின் சிறப்பு என்னவென்றால், அங்கிருக்கும் மிருகங்கள் எல்லாமே மிக... மிக... அதை எப்படிச் சொல்வது?'

'மிகவும் அபாயகரமானவை என்றா?'

'ஆமாம்; ஆமாம். அதுதான் சரியான வார்த்தை, மிகவும் அபாயகரமானவை.'

லக்னோவில் ஏற்கெனவே மிக நல்லதொரு மிருகக் காட்சி சாலை இருக்கிறது என்று நான் கேள்விப்பட்டிருக்கிறேன். அங்கே மிருகங்கள் மனிதனால் உருவாக்கப்பட்ட தீவில் வெட்ட வெளியில்தான் இருக்கின்றன. ஆனால், இந்தத் தனியார் மிருகக் காட்சி சாலையில் எப்படி?

ஸ்ரீவத்சவா தொடர்ந்தார். 'அவரிடம் ஒரு காட்டுப் பூனை இருக்கிறது. ஒரு மர ஓநாய், முதலை, ஒரு தேள் போன்றவையும் உள்ளன. சற்று தூரத்திலிருந்தும்கூட இந்த மிருகங்களின் சத்தத்தை நம்மால் கேட்கமுடியும். எனவேதான், எங்கள் பக்கம் திருடர்கள் வருவதற்குத் துணிய மாட்டார்கள்.'

என் வாயிலிருந்து வெளிவரத் துடித்துக் கொண்டிருந்த அதே கேள்வியை இப்போது ஃபெலுடா கேட்டார்: 'அந்த மிருகக் காட்சி சாலையை நாங்கள் பார்க்க முடியுமா?'

அந்தச் சமயத்தில்தான் திரு மாமா வரவேற்பு அறைக்குத் திரும்பி வந்தார். 'அது மிகவும் சுலபம். நாம் எந்த நேரத்திலும் அங்கு போகலாம். வனபிகாரி பாபு, மிகவும் நன்றாகப் பழகக் கூடியவர்தான்; மோசமானவர் அல்ல.'

ஸ்ரீவத்சவா விடைபெறுவதற்காக எழுந்து நின்றார். 'நான் இப்போது புறப்பட வேண்டும். ஒரு நோயாளியைப் பார்க்க வேண்டியிருக்கிறது.'

நாங்கள் மெயின் கேட் வரை சென்று அவரை வழியனுப்பி வைத்தோம். எங்கள் அனைவருக்கும் இரவு வணக்கம் சொல்லிவிட்டு, மீண்டும் திரு மாமாவுக்கு நன்றி தெரிவித்துவிட்டு, அவர் தனது

ஃப்யெட் காரை ஓட்டிச் சென்றார். அப்பாவும் திரு மாமாவும் திரும்பி வீட்டை நோக்கி நடந்து கொண்டிருந்தார்கள். ஃபெலுடா தனது பாக்கெட்டிலிருந்து ஒரு சிகரெட்டை எடுத்தார். அதைப் பற்ற வைக்கும் நேரத்தில்தான் ஒரு கறுப்பு கார் எங்களைத் தாண்டிச் சென்றது. டாக்டர் ஸ்ரீவத்சவாவின் கார் சென்ற அதே திசையில் இந்த காரும் சென்று மறைந்து விட்டது.

'ஸ்டாண்டர்ட் ஹெரால்ட் வண்டிதான் அது. ஆனாலும், அதன் எண்களைப் பார்க்கத் தவறிவிட்டேன்' என்றார் ஃபெலுடா.

'அந்த எண்களை வைத்துக்கொண்டு என்ன செய்யப் போகிறீர்கள்?'

'அந்த கார் டாக்டர் ஸ்ரீவத்சவாவை பின் தொடர்ந்து வந்ததைப் போலத்தான் தெரிகிறது. சாலையின் மறுபக்கம் எவ்வளவு இருட்டாக இருக்கிறது என்று பார்த்தாயா? அங்குதான் அது காத்துக் கொண்டிருந்தது. நமது கேட்டுக்கு முன்பாகத்தான் அந்த டிரைவர் வண்டியின் கியரை மாற்றினார். நீ அதைக் கவனிக்க வில்லையா?'

ஃபெலுடா வீட்டை நோக்கித் திரும்பினார். வீடு, மெயின் கேட்டில் இருந்து சுமார் ஐம்பது மீட்டர் தூரத்தில் இருந்தது. நான் அடிக்கடி நூறு மீட்டர் ஓட்டப் பந்தயத்தில் கலந்து கொண்டவனாகையால் இவ்வாறு என்னால் எளிதாக ஊகிக்க முடிந்தது. வரவேற்பு அறையின் விளக்கு எரிந்து கொண்டிருந்தது. அந்த ஜன்னலின் ஊடாக என்னால் தெளிவாகப் பார்க்க முடிந்தது. அப்பாவும் திரு மாமாவும் அறைக்குள் சென்று கொண்டிருந்தார்கள். நான் ஃபெலுடாவை ஏறிட்டுப் பார்த்தேன். அவரும் அந்தத் திறந்த ஜன்னலை வெறித்துப் பார்த்தார். அவர் முகத்தில் ஏற்பட்ட சுருக்கமும், அவர் தன் உதட்டைக் கடித்துக் கொண்டு இருந்த விதமும், எதைப் பற்றியோ நினைத்து அவர் கவலைப்படுகிறார் என்பதை எனக்குப் புரியவைத்தது.

'தொப்ஷே! உனக்குத் தெரியுமா?' என்று ஆரம்பித்தார் ஃபெலுடா.

உண்மையில் என் பெயர் தபேஷ். யாரும் என்னை தொப்ஷே என்று அழைக்கமாட்டார்கள். ஆனால், ஃபெலுடா அதை தொப்ஷே என்று மாற்றிவிட்டார்.

'என்ன?' என்று நான் கேட்டேன்.

'இப்படி நடக்க நான் விட்டிருக்கக்கூடாது.'

'நீங்கள் எதைப்பற்றி சொல்கிறீர்கள்?'

'அந்த ஜன்னல் மூடியிருந்திருக்க வேண்டும். இந்த கேட்டில் இருந்தே அந்த அறையில் நடக்கும் அனைத்தையும் பார்க்க முடியும். சாதாரண பல்பு எரிந்து கொண்டிருந்தால் அவ்வளவு பிரச்னை இருந்திருக்காது. ஆனால், திரு மாமா பளிச்செ்ன தெரியும் ட்யூப்லைட்டை எரிய விட்டிருப்பது நிலைமையை மோசமாக்குகிறது.'

'அனைத்தையும் பார்க்க முடிந்தால் என்ன?'

'உன் அப்பாவை பார்க்க முடிகிறதா?'

'அவர் தலை மட்டும்தான் தெரிகிறது. அவர், ஒரு நாற்காலியில் அமர்ந்திருக்கிறார்.'

'பத்து நிமிடங்களுக்கு முன்னால் அந்த நாற்காலியில் யார் அமர்ந்திருந்தார்கள்?'

'டாக்டர் ஸ்ரீவத்சவா!'

'அவர் எழுந்து நின்றுதான் அந்த மோதிரத்தை உன் அப்பாவிடம் காட்டினார், நினைவிருக்கிறதா?'

'ஆமாம். அவ்வளவு சீக்கிரம் நான் விஷயங்களை மறந்து விடுவதில்லை.'

'கேட்டில் இருந்து யாராவது பார்த்திருந்தால் அவர் என்ன செய்கிறார் என்பதை நன்றாகப் பார்த்திருக்க முடியும்.'

'அய்யய்யோ! ஏன் யாராவது பார்த்திருக்கக் கூடும் என்று நினைக்கிறீர்கள்?'

ஃபெலுடா, குனிந்து அந்தக் கூழாங்கல் பாதையிலிருந்து ஒரு பொருளை எடுத்தார். அமைதியாக அதை என்னிடம் கொடுத்தார். அது ஒரு சிகரெட் துண்டு. 'அதன் நுனியை நன்றாகப் பார்' என்றார் ஃபெலுடா.

அதை நெருக்கமாக வைத்துப் பார்த்தேன். தெருவிளக்கில் இருந்து வரும் வெளிச்சம் மிக மெல்லியதாக இருந்த போதிலும் நான் பார்க்க வேண்டியதை நன்றாகவே காணமுடிந்தது.

'என்ன?' என்றார் ஃபெலுடா.

'இது சார்மினார் சிகரெட். இதைப் பிடித்துக் கொண்டிருந்தவர் வெற்றிலைப் பாக்கு போட்டுக் கொண்டிருந்திருக்கிறார். அதன் நுனியில் வெற்றிலைச் சாறு கறை இருக்கிறது.'

'மிகவும் நல்லது. நாம் உள்ளே போகலாம்.'

அன்று இரவு நாங்கள் படுக்கப் போவதற்கு முன்பு, அந்த மோதிரத்தை மீண்டும் பார்க்க விரும்புவதாக, திரு மாமாவை, ஸ்பெலுடா கேட்டுக்கொண்டார். நாங்கள் இருவரும் அதை நன்றாகப் பார்த்தோம். விலை மதிப்புமிக்க கற்களைப் பற்றிகூட ஸ்பெலுடாவுக்குத் தெரிந்திருக்கும் என்று நான் நினைக்கவே இல்லை. ஒரு மேஜை விளக்கின் கீழ் வைத்து அதைத் திரும்பத் திரும்ப உற்றுப் பார்த்துக் கொண்டி ருந்தார். அதோடு அவை பற்றிய விளக்கத்தையும் அவர் கொடுத்துக்கொண்டே வந்தார். 'நீ பார்க்கின்ற இந்த நீலக் கற்கள் கோமேதகம் என்று அழைக்கப்படுகிறது. அந்தச் சிவப்பு நிறக் கற்கள் பவழம் என்றும், பச்சை நிறக் கற்கள் புஷ்பராகம் என்றும் அழைக்கப்படுகின்றன. மற்றவை எல்லாம் டோபாஸ் எனப்படும். இதில் முக்கியமாக நீ பார்க்க வேண்டியது நடுவில் இருக்கும் பெரிய கல்தான். அதுதான் வைரம். இதைக் கையில் வைத்து பார்ப்பதற்கான வாய்ப்புகூட நிறைய பேருக்குக் கிடைத்திருக்காது.'

பிறகு, அதை தனது இடது கை மோதிர விரலில் போட்டுக் கொண்டு, 'இதோ பார்! எனது விரலும்கூட ஒளரங்கசீப்பின் விரல் அளவுதான்!' என்றார்.

உண்மைதான். அந்த மோதிரம் அவரது கையில் மிக நன்றாகப் பொருந்தியிருந்தது.

பளபளக்கும் அந்தக் கற்களை உற்று பார்த்துக் கொண்டே அவர் சொன்னார்: 'யாருக்குத் தெரியும். இந்த மோதிரத்துக்குப் பின்னால் மர்மமான ஒரு வரலாறுகூட புதைந்திருக்கலாம். ஆனால், உனக்குத் தெரியுமா தொப்ஷே? இந்த மோதிரத்தின் வரலாறு பற்றி எனக்கு அக்கறையில்லை. இது ஒளரங்கசீப்புக்கோ, அல்த மாஷிற்கோ அல்லது அக்ரம் கானுக்கோ இவர்களில் யாருக்கு சொந்தமாக இருந்தது என்பது எனக்கு முக்கியமில்லை. நமக்குத் தெரிய வேண்டியதெல்லாம் அதன் எதிர்காலம் என்ன என்பதுதான். இதை மிகவும் விரும்புபவர் யாரும் இதன் பின்னே அலைந்து கொண்டிருக்கிறாரா என்பதுதான். அப்படியிருந்தால் அவர் யார், அவர் ஏன் இதை அடைந்தே தீரவேண்டும் என்று தீவிரமாக முயற்சிக்க வேண்டும்?'

பின்னர் அந்த மோதிரத்தை விரலில் இருந்து கழற்றி என்னிடம் கொடுத்துவிட்டுச் சொன்னார்: 'நீ உடனே போய் திரு மாமாவிடம் இதைத் திருப்பிக் கொடுத்துவிடு. திரும்பி வரும்போது அந்த ஜன்னல்களைத் திறந்து விடு!'

இரண்டு

அடுத்த நாள் சிறிது முன்கூட்டியே மதிய உணவை முடித்துவிட்டு நாங்கள் இமாம்பாராவுக்குச் சென்றோம். அப்பாவும் திரு மாமாவும் காரில் சென்றார்கள். நானும் ஃபெலுடாவும் டோங்கா வண்டியில் செல்வதென்று முடிவெடுத்தோம்.

இந்தப் பயணம் மிகவும் வேடிக்கையாக இருந்தது. குதிரை பூட்டிய வண்டியில் நான் இதுவரை பயணம் செய்ததே இல்லை. ஃபெலுடா பயணம் செய்திருக்கிறார். உணவு நன்றாகச் செரிப்பதற்கு குதித்துக் குலுங்கிச் செல்லும் டோங்கா வண்டி பயணம் மிகவும் நல்லது என்பது அவரது கருத்தாகும்.

'திரு மாமாவிடம் மிக நல்ல சமையல்காரர் ஒருவர் இருக்கும்போது நன்றாக சாப்பிடாமல் இருப்பது முடியாது. எனவே, அவ்வப்போது டோங்காவில் பயணம் செய்வது நல்ல யோசனை என்றே நான் நினைக்கிறேன்' என்று அவர் கூறினார்.

வண்டி, புதிய பழக்கமில்லாத தெருக்களில் குதித்துச் சென்றது. இறுதியில் வண்டியோட்டி குறிப்பிட்ட, 'கெய்சர் பாக்' என்ற பகுதியை சென்றடைந்தோம்.

'இதைப் பார்; ஜெர்மன் மொழியையும் உருது மொழியையும் எப்படி கலந்திருக்கிறார்கள் என்று பார்' என்றார் ஃபெலுடா.

புகழ்பெற்ற முகலாய கட்டடங்களில் பெரும்பாலானவை இந்த கெய்சர் பாக்கை சுற்றியே இருந்தன. வண்டியோட்டி அவற்றை சுட்டிக்காட்டத் தொடங்கினார்.

'அங்கே பாதுஷா மன்ஜில்'

'அது சண்டிவாலா படாதாரி'

'அதை லக்கு படாக் என்று கூறுவார்கள்…'

அந்தப் பாதை ஒரு பெரிய வாயிலை நோக்கிச் சென்றது. 'இதுதான் ரூமி துர்வாஸா. அதைத் தாண்டி இருப்பது 'மச்சிலி பவன்'. இங்கேதான் புர்ரா இமாம்பாரா இருந்தது.'

அதன் அளவைப் பார்த்து நான் பிரமித்து விட்டேன். இவ்வளவு பிரமாண்டமாக ஓர் அரண்மனை இருக்கக்கூடும் என்று நான் நினைக்கவே இல்லை.

திரு மாமாவின் கார் நின்று கொண்டிருப்பதை நாங்கள் வண்டியிலிருந்தே கவனித்து விட்டோம். வண்டியோட்டிக்கு காசு கொடுத்துவிட்டு, மற்றவர்களுடன் சேர்ந்து கொண்டோம். அப்பாவும் திரு மாமாவும் உயரமான, நடுத்தர வயதுடைய ஒருவருடன் பேசிக் கொண்டி ருந்தனர்.

ஃபெலுடா, என் தோள் மீது கைவைத்து அழுத்திக்கொண்டு குரல் தாழ்த்தி சொன்னார்: 'அந்தக் கறுப்பு ஸ்டாண்டர்ட் ஹெரால்ட்!'

உண்மைதான். திரு மாமாவின் காருக்குப் பக்கத்தில் அந்த கார் நிறுத்தப்பட்டிருந்தது.

'அந்த வண்டியின் மட்கார்டின் மீது புதியதொரு அடையாளம் இருப்பதைப் பார்!'

அது புதியது என்று உங்களுக்கு எப்படி தெரியும்?

'அது வெள்ளை பெயிண்ட்தானே? அந்த கார் புதிதாக வண்ணம் அடிக்கப்பட்ட சுவற்றிலோ அல்லது வாயிலின் மீதோ மோதியிருக்க வேண்டும். இன்று காலை அந்தக் கார் துடைக்கப் படாமல் இருந்தது என்றால் அந்த அடையாளம் நேற்றிரவு ஏற்பட்டதாக இருக்கும்.'

திரு மாமா எங்களை வரவேற்றார். 'வாருங்கள், இவர் வனபிகாரி பாபு. இவர்தான் வீட்டில் மிருக் காட்சி சாலை வைத்திருக்கிறார்.'

மிகுந்த வியப்புடன் என் கைகளை உயர்த்தி வணக்கம் செலுத்தி னேன். அந்த விசித்திரமான மனிதர் இவர்தானா? நல்ல சிவப்பாக, ஆறடி உயரத்தில், மெல்லிய மீசையுடன், கூரிய தாடியும் கொண்டவராக, தங்க ஃப்ரேம் போட்ட கண்ணாடியும் அணிந் திருந்தார். அவரது ஒட்டுமொத்த தோற்றம் கவர்ச்சிகரமாக இருந்தது.

அவர் என்னை முதுகில் தட்டிக் கொடுத்தபடியே சொன்னார்: 'லக்ஷ்மணின் தலைநகரம் உனக்கு எப்படி தோன்றுகிறது? முந்தைய காலத்தில் லக்ஷ்மணாவதி என்பதுதான் லக்னோவின் பெயராக இருந்தது.'

அவரது கம்பீரமான தோற்றத்துக்கு ஏற்ற மாதிரியேதான் அவரது குரலும் இருந்தது. 'வனபிகாரி பாபு சௌக் பஜாருக்கு போய் கொண்டிருந்தார். எங்கள் காரைப் பார்த்து விட்டுதான் அவர் இங்கே நின்றார்' என்றார் திரு மாமா.

'ஆமாம். வழக்கமாக நான் மதிய நேரங்களில்தான் வெளியே போவேன். பெரும்பாலும் காலை, மாலை நேரங்களை விலங்குகளுக்காகவே செலவிட வேண்டியிருக்கிறது' என்றார் அவர்.

'உண்மையைச் சொல்வதானால் நாங்களே உங்கள் வீட்டுக்கு வர திட்டமிட்டிருந்தோம். இவர்கள் இரண்டு பேருக்குமே உங்கள் மிருகக் காட்சி சாலையைப் பார்ப்பதில் மிகுந்த ஆர்வம் இருக்கிறது.'

'நல்லது. நீங்கள் எப்பொழுது வேண்டுமானாலும் வரலாம். ஏன் இன்றைக்கே கூட வரலாமே! பார்வையாளர்களை வரவேற்க நான் எப்பொழுதுமே தயாராகத்தான் இருக்கிறேன். ஆனால், பெரும்பாலோர் என் வீட்டுக்குள் அடியெடுத்து வைக்கவே பயப்படுகிறார்கள். எனது மிருகங்களின் கூண்டுகள் மிருகக் காட்சி சாலை கூண்டுகளைப் போல் வலுவானதாக இல்லை என்று அவர்கள் நினைக்கிறார்கள். அப்படி இருக்குமானால், இவ்வளவு நாள் நான் உயிரோடு இருந்தது எப்படி?'

இந்த வேடிக்கையான பேச்சைக் கேட்டு அனைவருமே சிரித்தனர். ஃபெலுடா மட்டுமே அதற்கு விதிவிலக்கு. அவர் எனக்கு நெருக்கமாகக் குனிந்து முணுமுணுத்தார். 'அந்த ஆள் மீது அநியாயத்துக்கு அத்தர் வாசனை அடிக்கிறது. ஒருவேளை மிருகங்களின் வாசனையைத் தன்னிடமிருந்து மறைக்க வேண்டும் என்பதற்கான முயற்சியாகக் கூட அது இருக்கலாம்' என்றார் ஃபெலுடா.

அந்த ஸ்டாண்டர்ட் வண்டி வனபிகாரி பாடுவுக்கு சொந்தமான தல்ல என்று தெரிந்தது. நீலநிற அம்பாசிடர் வண்டியின் அருகில் நின்று கொண்டிருந்த டிரைவரை அழைத்து, தபால் பெட்டியில் போடுவதற்காக சில கடிதங்களை அவர் கொடுத்ததால் இது எனக்குப் புரிய வந்தது. அதன்பிறகு அவர் எங்களிடம் சொன்னார்:

'இப்பொழுது நீங்கள் இமாம் பாராவை பார்க்கப் போகிறீர்கள், இல்லையா? அப்படியானால், அதற்குப் பிறகு நாம் அனைவரும் என் வீட்டுக்கு போகலாம்.'

'நீங்களும் எங்களோடு வருகிறீர்களா?'

'ஆமாம். ஏன் கூடாது? இதற்கு முன்பு ஒரே ஒரு முறைதான் அதற்குள் நுழைந்திருக்கிறேன். 1963இல், நான் லக்னோவுக்கு வந்து சேர்ந்து இரண்டு நாள்களுக்குப் பிறகு வந்து பார்த்தேன். அந்த நவாப்கள் என்னதான் செய்திருக்கிறார்கள் என்பதை மீண்டும் ஒருமுறை பார்க்க எனக்கு நேரம் வந்திருக்கிறது.'

நாங்கள் வாயிலைக் கடந்து ஒரு பெரிய முற்றத்தின் வழியாக முக்கிய கட்டடத்தை நோக்கி நடக்கத் தொடங்கினோம்.

என் பக்கத்தில் நடந்து வந்துகொண்டிருந்த வனபிகாரி பாபு சொன்னார்: 'இருநூறு ஆண்டுகளுக்கு முன் நவாப் அசாஃப் உத்தெலலா இந்த அரண்மனையைக் கட்டினார். ஆக்ரா, டெல்லி போன்ற இடங்களில் உள்ள கட்டடங்கள் அனைத்தையும் தோற்கடிப்பதாக இது இருக்க வேண்டும் என்று அவர் விரும்பினார். எனவே, அப்போதிருந்த புகழ்பெற்ற கட்டடக் கலை நிபுணர்கள், வடிவமைப்பாளர்கள் ஆகியோரிடையே ஒரு போட்டி நடத்தப்பட்டது. அதில் சிறந்த வடிவமைப்பு தேர்ந்தெடுக்கப்பட்டது. அதன் இறுதி வடிவத்தைத்தான் நீங்கள் இப்பொழுது பார்க்கிறீர்கள். வேறு சில முகலாய கட்டடங்களைப் போல இது அழகாக இல்லாமல் கூட இருக்கலாம். ஆனால், அரண்மனையின் அளவை வைத்துப் பார்க்கும்போது நிச்சயமாக இதுதான் முதல் இடத்தில் இருக்கும். உலகத்தில் வேறு எந்த அரண்மனையிலும் இவ்வளவு பெரிய மக்கள் சபா மண்டபம் இருந்ததில்லை.'

அந்த மண்டபத்தைப் பார்த்தவுடன் ஒரு கால்பந்து மைதானத்தையே அதற்குள் அடைத்து விடலாம் என்றே எனக்குத் தோன்றியது. அது மட்டுமல்ல, அதற்கு வெளியே பிரமாண்ட மானதொரு கிணறு இருந்தது. அந்த நவாப் நிச்சயமாக அனைத்தையுமே பெரிதாகத்தான் எண்ணியிருக்கிறார். குற்றவாளிகளைத் தண்டிப்பதற்கு அந்த கிணறு பயன்படுத்தப்பட்டு வந்தது என்று எங்களுடன் வந்த வழிகாட்டி கூறினார். குற்றவாளிகள் அதற்குள்ளே வீசி எறியப்பட்டனர். அதிலிருந்து யாரும் மீண்டு வெளியே வந்ததே இல்லை.

ஆனால், புல்புலையாதான் எனக்கு மூச்சுத் திணறலை ஏற்படுத்தியது. சின்னஞ்சிறிய வழிகள் எல்லாத் திசைகளிலும் தெரிந்தன. நான் எங்கே போனாலும், எந்த மூலையில் திரும்பினாலும்கூட புறப்பட்ட இடத்துக்கே திரும்ப வந்தது போல்தான் எனக்குத் தோன்றியது. அனைத்து வழிகளுமே ஒரே மாதிரியாகத்தான் தோன்றின. இரு பக்கங்களிலும் குறைவான

உயரமே கொண்ட வழிகள். சுவற்றின் நடுவே ஆங்காங்கே சின்னஞ் சிறு பொந்துகள். இங்குதான் நவாப் தனது ராணிகளுடன் ஒளிந்து விளையாடுவார் என்றும், அப்போது அந்தப் பொந்துகளில் எண்ணெய் விளக்குகள் எரிந்து கொண்டிருக்கும் என்றும் வழிகாட்டி கூறினார். அந்த இருட்டு வழியில் ஆங்காங்கே சின்னஞ்சிறு விளக்குகள் எரிவதைக் கற்பனை செய்து பார்த்த போதே எனக்கு மயிர்க் கூச்செறிந்தது.

ஃபெலுடா சுவரையொட்டியே நடந்து வந்து கொண்டிருந்ததை நான் கவனித்தேன். ஆனால், எங்களுக்குப் பின்னால் தூரத்தில் வருவது ஏன் என்று என்னால் புரிந்துகொள்ள முடியவில்லை. சுற்றி வளைத்துக்கொண்டு செல்லும் வழியில் போவதில் நான் மிகுந்த உற்சாகத்துடன் மூழ்கி விட்டால் அவரைப் பற்றியே மறந்துவிட்டேன். 'ஃபெலு எங்கே?' என்று அப்பா வியப்புடன் கேட்டபோதுதான் எனக்கு அவர் நினைப்பு வந்தது.

நான் உடனடியாகத் திரும்பிப் பார்த்தேன். கண்ணுக்கு எட்டிய தொலைவு வரை ஃபெலுடாவை காணவில்லை. எனக்கு ஒரு நிமிடம் இதயமே நின்றுவிடும் போல் இருந்தது. எனினும், ஓரிரு நொடிகளுக்குப் பிறகு, அப்பா அவர் பெயரைச் சொல்லி அழைத்ததைத் தொடர்ந்து, ஃபெலுடா கண்ணுக்குத் தென் பட்டார்.

'இவ்வளவு வேகமாக நடந்து போனால், இந்தக் குகையின் வழி எப்படி அமைந்திருக்கிறது என்பதைத் தெரிந்துகொள்ளவே முடியாது' என்று அவர் காரணம் கூறினார்.

அந்த இருட்டுப் பாதையின் கடைசியில் இருந்த கதவைத் திறந்தால் இமாம் பாராவின் மேல் கூரைக்குச் சென்றுவிடலாம். அந்த இடத்தில் இருந்து பார்க்கும்போது காட்சிகள் மிகவும் அற்புதமாக இருந்தன. அங்கிருந்து லக்னோ நகரம் முழுவதை யுமே பார்த்து விடலாம். ஏற்கெனவே, மேல்கூரையில் ஒரு சிலர் நின்று கொண்டிருந்தனர். அவர்களில் ஒருவர் - அவர் இளைஞர் - திரு மாமாவை நோக்கி சிரித்தவாறே வந்தார்.

'மகாவீர்! எப்போ வந்தே?' என்று திரு மாமா வியப்புடன் கேட்டார்.

'மூன்று நாள்களுக்கு முன்புதான். வழக்கமாகவே இந்த நேரத்தில்தான் நான் லக்னோவுக்கு வருவது வழக்கம். தீபாவளிக்குப் பிறகு நான் சென்றுவிடுவேன். என்னுடன் இரண்டு நண்பர்களும் வந்திருக்கிறார்கள். அவர்களுக்கு சுற்றிக் காண்பிக்க வந்தேன்.'

'பியாரிலாலின் மகன். பம்பாயில் வசிக்கிறார். இவர் ஒரு நடிகரும்கூட' என்று திரு மாமா, அவரை எங்களுக்கு அறிமுகப் படுத்தினார்.

நான் மகாவீரைப் பார்த்தேன். அவர் வன பிகாரி பாபுவை உற்று நோக்கிக் கொண்டிருந்தார். ஏற்கெனவே பார்த்த ஒருவரை நினைவுபடுத்திக் கொள்வதைப் போல அவரது பார்வை இருந்தது.

என் புரிதலை எதிரொலிப்பது போல், 'இதற்கு முன் நாம் சந்தித்திருக்கிறோமா?' என்று வனபிகாரி பாபு கேட்டார்.

'ஆமாம். நானும் அப்படித்தான் நினைக்கிறேன். ஆனால், எங்கே என்றுதான் என் நினைவுக்கு வரவில்லை' என்று மகாவீர் பதிலளித்தார்.

'உங்கள் தந்தையை ஒருமுறை பார்த்திருக்கிறேன். ஆனால், அப்போது நீங்கள் இங்கு இல்லை.'

'ஓ! அப்படியா? நான்தான் தவறாக புரிந்து கொண்டிருப்பேன். மன்னித்துக் கொள்ளுங்கள். என் நண்பர்கள் காத்திருக்கிறார்கள். நான் போக வேண்டும். வணக்கம்' என்று சொல்லிவிட்டு மகாவீர் சென்றார்.

ஃபெலுடாவை விட வயதில் சின்னவராக இருப்பார் என்று நான் நினைத்தேன். பார்ப்பதற்கு அழகாக, நல்ல கட்டுடம்புடன் இருந்தார். ஒருவேளை விளையாட்டிலும் ஆர்வம் இருக்கக்கூடும்.

இப்பொழுது வனபிகாரி பாபு கூறினார்: ' நான் வீட்டுக்குச் செல்வது நல்லது என்று நினைக்கிறேன். நீங்கள் விலங்குகளைப் பார்க்க வேண்டுமென்றால், காலை வெளிச்சத்தில் பார்ப்பதுதான் நல்லது. ஏனென்றால், விலங்குகளின் கூண்டுகளுக்கு நான் இன்னும் விளக்கு வசதியைப் பொருத்தவில்லை.'

வழிகாட்டிக்கு பணத்தைக் கொடுத்துவிட்டு நாங்கள் கீழே இறங்கினோம். நேராகக் கீழ் தளத்துக்குச் செல்ல மேற்கூரை யிலிருந்து ஒரு படிக்கட்டு இருந்தது.

நாங்கள் வாயிலுக்கு வெளியே செல்லும் போதுதான் கவனித் தேன். மகாவீரும் அவரது நண்பர்களும் அந்தக் கறுப்பு ஸ்டாண்டர்ட் காரில் ஏறிக் கொண்டிருந்தார்கள்.

மூன்று

வனபிகாரி பாபுவின் வீட்டை நாங்கள் சென்றடைந்தபோது, மாலை நான்கு மணி ஆகிவிட்டது. அதற்குள்ளே ஒரு சிறிய மிருகக்காட்சி சாலை இருக்கிறது என்று நம்புவதும்கூட கடினம்தான். அந்த விலங்குகள் அனைத்துமே வீட்டின் பின்புறத் தோட்டத்தில்தான் வைக்கப்பட்டிருந்தன.

'இந்த வீடு சிப்பாய்க் கலகத்துக்கு முப்பது ஆண்டுகளுக்கு முன்னால் வசதி படைத்த முஸ்லிம் வியாபாரி ஒருவரால் கட்டப்பட்டது. இதை நான் ஓர் ஆங்கிலேயரிடம் இருந்து வாங்கினேன்' என்றார் வனபிகாரி பாபு.

மிகவும் பழைமையானதுதான் என்பதை அந்த வீடும் பறைசாற்றிக் கொண்டிருந்தது. சுவற்றில் செய்யப்பட்டிருந்த சுதை வேலைப்பாடுகள் அனைத்துமே முகலாயர்களின் ரசனையை ஒட்டியதாகவே இருந்தன.

'காபி சாப்பிடுவதற்கு மறுக்க மாட்டீர்கள் என்று நினைக்கிறேன். என் வீட்டில் தற்போது டீ தூள் இல்லை.'

இதைக் கேட்டு நான் மிகவும் மகிழ்ச்சி அடைந்தேன். ஏனென்றால், வீட்டில் அதிகமாக காபி குடிக்க என்னை அனுமதிப்பதில்லை. ஆனால், முதலில் விலங்குகளைப் பார்க்க வேண்டியிருந்தது.

வரவேற்பறையைத் தாண்டி ஒரு வராந்தா சென்றது. அதற்குப் பின்னே மிகப் பெரிய தோட்டம் தென்பட்டது. தோட்டம் முழுவதிலும் விலங்குகளை அடைப்பதற்கான தனித்தனி கூண்டுகள் இறைந்து கிடந்தன. தோட்டத்தின் நடுவில் ஒரு சிறிய குளம் இருந்தது. அதைச் சுற்றி உயரமான இரும்புக்

கம்பிகள் பதிக்கப் பட்டிருந்தன. அதற்குள்ளே ஒரு முதலை வெயிலில் காய்ந்தவாறு கிடந்தது. வனபிகாரி பாபு சொன்னார்: 'பத்து ஆண்டுகளுக்கு முன்னால், முங்கேரியில் இதைக் கண்டெடுத்தபோது வெறும் குட்டிதான். கல்கத்தாவில் என் வீட்டில் இருந்த குளத்தில் இதை வைத்திருந்தேன். பிறகு ஒருநாள் பார்த்தபோது அது குளத்திலிருந்து வெளியே வந்து பூனைக்குட்டி ஒன்றை விழுங்கியிருந்தது.'

இந்தக் குளத்திலிருந்து சிறு சிறு மேடைகள் மற்றக் கூண்டுகளை நோக்கிச் சென்றன. அவற்றில் ஒன்றிலிருந்து விசித்திரமான சீரல் சத்தம் கேட்டது. நாங்கள் முதலையை விட்டுவிட்டு சத்தம் வந்த திசையை நோக்கிச் சென்றோம்.

ஒரு பெரிய பூனை, நாயின் நடுத்தர உயரத்தைவிட பெரியதாக, தனது பளபளப்பான பச்சை நிற விழிகளால் எங்களை உற்றுப் பார்த்தது. அதன் உடம்பில் கோடுகள் இருந்தன. ஒரு வகையில் பார்க்கும்போது பூனை என்பதை விட புலி மாதிரியே அதன் தோற்றம் இருந்தது.

'இது ஆப்பிரிக்காவிலிருந்து வந்தது. கல்கத்தாவில் மிருகங்களை விற்பனை செய்யும் ஆங்கிலோ இந்தியர் ஒருவர் இதை எனக்கு விற்றார். அலிப்பூர் மிருகக் காட்சி சாலையிலும் கூட இது போன்ற விலங்கை நீங்கள் பார்க்க முடியாது' என்றார் வனபிகாரி பாபு.

காட்டுப் பூனையின் கூண்டிலிருந்து நகர்ந்து ஒரு மர ஓநாய் கூண்டை பார்த்துவிட்டு, அதன்பிறகு ஓர் ஓநாய் இருந்ததையும் பார்த்து விட்டு, பிறகு அமெரிக்காவில் பெரும்பாலும் தென்படும் கிலுகிலுப்பை பாம்பு இருந்த கூண்டை அடைந்தோம். இந்த வகையான பாம்பு, மிகுந்த விஷத்தன்மை கொண்டது என்று எனக்குத் தெரியும். அதன் வாலில் கிளிஞ்சல் போன்ற ஒரு பொருள் இணைந்திருந்தது. நான் பூரி கடற்கரையில் இருந்து சேகரித்து வைத்திருக்கும் கிளிஞ்சல்களைப் போலத்தான் அதன் வாலின் இணைப்புப் பொருளும் இருந்தது. பாம்பு அங்குமிங்குமாக நகரும்போது தனது வாலை ஆட்டும். இதனால், அந்தப் பொருள் தரையில் கீறி ஒருவித கிரீச் ஓசையை எழுப்பும். கிட்டத்தட்ட கிலுகிலுப்பை சத்தத்தைப் போலவே அது இருக்கும். அமெரிக்காவின் மேற்கத்திய மாநிலங்களில் இந்தப் பாம்பு ஏற்படுத்தும் இத்தகைய ஓசைதான் மக்களை அதனிடமிருந்து பாதுகாக்கிறது.

அதன்பிறகு நாங்கள் பார்த்த இன்னும் இரண்டு உயிரினங்கள் என்னைக் குலை நடுங்க வைத்துவிட்டன. ஒரு கண்ணாடி

பெட்டியில் அமெரிக்காவைச் சேர்ந்த, மிகப்பெரிய, பயமுறுத்தும் வகையிலான கருந்தேள் ஒன்று இருந்தது. மற்றொரு பெட்டியில் பெரியதொரு சிலந்தி இருந்தது. கறுப்பான முடிகள் நிறைந்த கால்களை நீட்டியவாறு அது இருந்தது. கிட்டத்தட்ட என் உள்ளங்கையை விரித்து விரல்களை நீட்டினால் எவ்வளவு பெரியதாக இருக்குமோ அவ்வளவு பெரியது அந்தச் சிலந்தி. இது ஆப்பிரிக்காவில் காணப்படும் கறுப்பு விதவை என்ற புகழ்பெற்ற சிலந்தி என்று தெரிந்து கொண்டேன்.

'இந்தத் தேள், சிலந்தி ஆகியவற்றின் விஷம் நரம்பின் இயக்கத் தையே நிறுத்திவிடும் தன்மை கொண்டது' என்று சொன்ன வனபிகாரி பாபு, 'அதாவது ஒரே ஒருமுறை கடித்தாலே மனிதனின் உயிரை வாங்கிவிடும் என்பதுதான் அதன் பொருள்' என்றார்.

நாங்கள் வரவேற்பறைக்குத் திரும்பி அங்கிருந்த சோபாக்களில் அமர்ந்தோம். வனபிகாரி பாபு ஒரு நாற்காலியில் அமர்ந்து கொண்டே கூறினார்: 'பெரும்பாலும் இரவு நேரங்களில் மர ஓநாயின் சிரிப்பு போன்ற ஊளையும், காட்டுப் பூனையின் சீறலும், பாம்பு நகரும்போது எழும் ஓசையும் எனக்குக் கேட்டுக்கொண்டே இருக்கும். அது ஒரு வித்தியாசமான கதம்ப ஒலியாக இருந்தபோதிலும், நான் அமைதியாக உறங்க வழிவகுக்கிறது. இதுபோன்ற சிறந்த காவலாளிகளை வேறெங்கே காணமுடியும், சொல்லுங்கள்? இருந்தாலும் கூட, வெளியிலிருந்து யாராவது கதவை உடைத்துக் கொண்டு வந்தால், கூண்டில் அடைக்கப்பட்டுள்ள மிருகங்களால் ஒன்றும் செய்யமுடியாது. அதற்கு நான் வேறு ஓர் ஏற்பாடு செய்திருக்கிறேன். பாட்ஷா!' என்று அவர் குரல் கொடுத்தார்.

பிரமாண்டமான கறுப்பு வேட்டை நாய் ஒன்று அடுத்த அறையிலிருந்து வெளியே வந்தது. இதுதான் வனபிகாரி பாபுவின் உண்மையான காவலாளி. பாட்ஷா தனது எஜமானனை மட்டு மின்றி, மிருகக் காட்சி சாலை மிருகங்களுக்கும் எவ்வித ஆபத்து நேராமல் பார்த்து வருகிறது.

என் அருகில் அமர்ந்திருந்த ஃபெலுடா சொன்னார்: 'லாப்ரடார் வகையைச் சேர்ந்த வேட்டை நாய். 'பாஸ்கர் வில்லியின் வேட்டை நாய்கள்' என்ற கதையில் வரும் நாய்களின் வகைதான் இது.'

இதுவரை அப்பா அமைதியாகவே இருந்தார். இப்பொழுது அவர் கேட்டார்: 'வீட்டில் இத்தகைய காட்டு விலங்குகளை வைத்துக் கொண்டு வாழ்வதை, நீங்கள் உண்மையிலேயே விரும்பு கிறீர்களா என்ன, சொல்லுங்கள்!'

வனபிகாரி பாபு பைப்பை எடுத்து அதில் புகையிலையை நிரப்பியவாறே சொன்னார்: 'ஏன் கூடாது? இதில் பயப்படுவதற்கு என்ன இருக்கிறது? முன்னொரு காலத்தில் நான் தொடர்ந்து வேட்டைக்குச் செல்வேன். என் குறி எப்பொழுதுமே தப்பாது. இருந்த போதிலும்கூட காட்டு விலங்குகளைத் தவிர வேறெதையும் நான் கொன்றதில்லை. ஒரே ஒருமுறைதான் மான் ஒன்றைக் கொன்றேன். எனது குறி எவ்வளவு துல்லியமாக இருக்கிறது என்பதை, என் அமெரிக்க நண்பர் ஒருவருக்குக் காண்பிப்பதற்காக நான் சுட்டேன். அப்போது அந்த மான் நூற்றைம்பது மீட்டர் தூரத்தில் இருந்தது. அதன் பிறகு, நான் மிகவும் மனம் வருந்தி, இறுதியில் வேட்டையாடுவதையே விட்டுவிட்டேன். ஆனாலும், மிருகங்கள் என் வாழ்க்கையின் ஒரு பகுதியாகவே மாறிவிட்டன. எனவே, அவற்றில் சிலவற்றை ஏற்றுமதி செய்யும் தொழிலில் இறங்கினேன். அதன்பிறகு அத்தொழிலில் இருந்து ஓய்வு பெற்றபோது, வீட்டிலேயே ஒரு மிருகக் காட்சி சாலையை வைக்க வேண்டும் என்று எனக்குத் தோன்றியது. இந்த விலங்குகளோடு வாழ்வதில் உள்ள மிக நல்ல அம்சம் என்னவென்றால், அவை தங்களை வேறு மாதிரியாகக் காட்டி ஏமாற்றுவதில்லை. அதாவது கொடூரமானதாக, விஷத்தன்மை கொண்டதாகவே அவை இருக்கின்றன. ஆனால், மனிதனைப் பாருங்கள்! மிகவும் நல்லவனாக, நேர்மையானவனாகத் தோற்றம் அளிக்கும் ஒருவன் உண்மையில் முதல் தரமான குற்றவாளியாக இருக்கக்கூடும். இந்த நாட்களில் நெருங்கிய நண்பர்களைக் கூட நம்பமுடிவதில்லை. உங்களால் முடியுமா? எனவே, என் எஞ்சிய நாள்களை மிருகங்களுடனே கழிப்பது என்று தீர்மானித்தேன். அடுத்தவர்களின் விஷயத்தில் நான் தலையிடுவதில்லை என்று உங்களுக்கே தெரியும்! என் வேலையை நான் பார்த்துக் கொள்கிறேன். என் வாழ்க்கை முறை பற்றி மற்றவர்கள் என்ன நினைக்கிறார்கள், அல்லது சொல்கிறார்கள் என்பதைப் பற்றி நான் கவலைப்படுவதே இல்லை. ஆனாலும், எனது இந்தச் சிறிய மிருகக் காட்சி சாலையினால் இந்தப் பக்கம் திருடர்கள் வர அஞ்சுகிறார்கள் என்று கேள்விப் பட்டேன். அது உண்மையாக இருந்தால், என்னையும் அறியாமல் இந்தச் சமூகத்துக்கு நல்லது செய்திருக்கிறேன் என்றுதான் கூறுவேன்.'

வனபிகாரி பாபுவின் இந்தக் கடைசி வார்த்தைகள் என்னை முதலில் திரு மாமாவையும் பிறகு ஸ்பெலுடாவையும் நோக்குமாறு செய்தது. டாக்டர் ஸ்ரீவத்சவாவின் வீட்டில் நடந்த திருட்டு

முயற்சி பற்றி வனபிகாரி பாபுவுக்கு ஒருவேளை தெரியாமல் இருக்குமோ?

இதற்கான பதிலை நான் தெரிந்துகொள்ள நீண்ட நேரம் ஆகவில்லை. வனபிகாரி பாபுவின் வேலையாள் காபி மற்றும் சிறிது இனிப்புகளை எடுத்துக்கொண்டு வந்த உடனேயே டாக்டர் ஸ்ரீவத்சவா அங்கே தோன்றினார்.

அனைவருக்கும் வணக்கம் தெரிவித்த டாக்டர் ஸ்ரீவத்சவா திரு மாமாவிடம் கூறினார்: 'ஒரு பையன் மரத்திலிருந்து கீழே விழுந்து கையை ஒடித்துக் கொண்டுவிட்டான். உங்கள் வீட்டுக்கு மிக

அருகில்தான். அவனைப் பார்த்துவிட்டு உங்கள் வீட்டுக்குச் சென்றிருந்தேன். நீங்கள் இன்னும் திரும்பி வரவில்லை என்று உங்கள் வேலைக்காரன் கூறினான். எனவே, நான் நேராக இங்கு வந்தேன்.'

அவரது மோதிரம் பாதுகாப்பாக இருக்கிறது என்பதை உணர்த்தும் வகையில், திரு மாமா, டாக்டர் ஸ்ரீ வத்சவாவை பார்த்து தலை அசைத்தார்.

டாக்டர் ஸ்ரீ வத்சவாவுக்கு வனபிகாரி பாபுவை நன்றாகவே தெரிந்திருந்தது. சிறு நகரங்களில் அண்டை வீட்டாரிடையே நட்புறவு என்பது மிக எளிதானதாக இருக்கும் போலும்.

அவர் வேடிக்கையாகக் கூறினார்: 'வனபிகாரி பாபு! உங்கள் வாட்ச்மேன் வரவர சோம்பேறியாகிக் கொண்டு வருகிறான்!'

இதைக் கேட்டு வனபிகாரி பாபுவுக்குத் தூக்கி வாரிப் போட்டது போல் இருந்தது.

'நீங்கள் என்ன சொல்கிறீர்கள்?'

'நேற்று முந்தின நாள் இரவு என் வீட்டுக்குள் திருடன் புகுந்து விட்டான். உங்கள் விலங்குகள் எந்தச் சத்தமும் எழுப்பவில்லை என்று சொன்னேன்!'

'என்ன, திருடனா? உங்கள் வீட்டிலா, எப்போது?'

'அதிகாலை மூன்று மணி இருக்கும். அவன் எதையும் எடுத்துச் செல்லவில்லை. நான் திடீரென்று எழுந்துவிட்டேன். அவன் ஓடிவிட்டான்.'

'எப்படியிருந்தாலும் பாட்ஷாவின் கவனத்திலிருந்தும் தப்பித்தவன் என்றால், அவன் சிறந்த திருடனாகத்தான் இருக்க வேண்டும். எனது வீட்டிலிருந்து உங்கள் வீடு நூறு, இருநூறு மீட்டர் தூரம்கூட இருக்காது. அது யாராக இருந்தாலும் எனது காம்பவுண்டை தாண்டித்தான் சென்றிருக்க வேண்டும். வேறு வழியேதும் இல்லை.'

'கவலைப்படாதீர்கள்! என்ன நடந்தது என்று உங்களுக்குத் தெரியவேண்டும் என்றுதான் கூறினேன்.'

எங்களது தட்டுகளில் இனிப்புகள் அப்படியே இருந்தன. அதைப் பார்த்துவிட்டு வனபிகாரி பாபு சொன்னார்: 'எடுத்துக் கொள்ளுங்கள். இதன் பெயர் சண்டிலேகா லட்டு. இது குலாபா ரெவோரி. இது பூனா பேடா. இவை மூன்றுமே லக்னோ நகரின் சிறப்பு இனிப்புகள்.'

இனிப்புகளில் எனக்குப் பெரிதாக விருப்பம் இல்லை. எனவே, நான் இந்த வார்த்தைகளைக் கவனிக்காமல் வனபிகாரி பாடுவையே உற்று நோக்கிக் கொண்டிருந்தேன். அவர் ஏதோ ஆழ்ந்த சிந்தனையில் இருப்பது போல் தோன்றியது. இருந்தாலும், ஃபெலுடா தனது வேலையில் கவனமாகத்தான் இருந்தார். ஏற்கெனவே இரண்டு லட்டு சாப்பிட்டு முடித்திருந்த நிலையில், எனது காபி கப்பில் ஈயை ஓட்டுவது போல் ஒரு கையை நீட்டினார். நான் பார்ப்பதற்குள் முகத்தில் எந்தவித உணர்ச்சியுமின்றி, எனது தட்டில் இருந்து ஒரு லட்டை அவர் எடுத்துக் கொண்டிருந்தார்.

எதிர்பாராத வகையில் இத்தருணத்தில்தான் வனபிகாரி பாபு ஸ்ரீவத்சவாவை நோக்கி திரும்பி கேட்டார்: 'இன்னமும் அந்த மகாராஜாவின் மோதிரம் உங்களிடம்தான் இருக்கிறது என்று நம்புகிறேன்.'

டாக்டர் ஸ்ரீவத்சவா திடுக்கிட்டுப் போனார். மிகவும் கஷ்டப்பட்டு தன்னைக் கட்டுப்படுத்திக் கொண்டு, திடீரென்று வெளிப்பட்ட இருமலை சிறியதொரு சிரிப்பில் மறைத்தவாறே அவர் சொன்னார்: 'அடக்கடவுளே! நீங்கள் அதை மறந்து விட்டிருப்பீர்கள் என்றல்லவா நினைத்தேன்?'

தனது பைப்பிலிருந்து புகையை வெளிப்படுத்திக் கொண்டே வனபிகாரி பாபு சொன்னார்: 'என்னால் எப்படி மறக்க முடியும்? இதுபோன்ற விஷயங்களில் உண்மையில் எனக்கு ஆர்வம் ஏதும் இல்லை இருந்தாலும் இவ்வளவு சிறப்பானதொரு பொருளைப் பார்ப்பதற்கான வாய்ப்பே அபூர்வமாகத்தான் கிடைக்கும், இல்லையா?

'அந்த மோதிரம் பத்திரமாகத்தான் இருக்கிறது. அதன் மதிப்பையும் நான் அறிவேன்' என்றார் டாக்டர் ஸ்ரீ வத்சவா.

வனபிகாரி பாபு எழுந்து நின்றார். 'மன்னிக்க வேண்டும். என் பூனைக்கு உணவு தர வேண்டிய நேரமாயிற்று' என்றார்.

நாங்களும் அதை உணர்ந்து, எழுந்து அவரிடமிருந்து விடை பெற்றோம்.

நாங்கள் வெளியே வந்தபோது யாரோ ஒருவர் பை ஒன்றை எடுத்துக்கொண்டு வீட்டுக்குள் போவதை பார்த்தோம். மிகவும் வலிமையானவர் என்பதில் எவ்வித சந்தேகமும் இல்லை. அவரது சட்டைக்குள் இருந்தே திண்மையான அவரது உடற்கட்டு எட்டிப் பார்த்துக் கொண்டிருந்தது. அவரது பெயர் கணேஷ் குஹா என்று தெரிந்துகொண்டோம். விலங்குகளை ஏற்றுமதி செய்யத் தொடங்கிய காலத்திலிருந்தே அவர் வனபிகாரி பாபுவுடன்

இருப்பதாகத் தெரிந்தது. இப்போது அவர்தான் மிருகக் காட்சி சாலையைப் பார்த்துக் கொள்கிறார்.

'கணேஷ் இல்லாமல் என்னால் இதைச் சமாளித்திருக்க முடியாது' என்று வனபிகாரி பாபு எங்களிடம் சொன்னார். 'அவருக்கு பயம் என்றால் என்னவென்றே தெரியாது. ஒருமுறை காட்டுப்பூனை அவரைப் பிறாண்டி விட்டது. அதற்குப் பிறகும்கூட அவர் என்னுடனேதான் இருக்கிறார்.'

'உங்களைச் சந்தித்ததில் மிக்க மகிழ்ச்சி. மீண்டும் வாருங்கள். லக்னோவில் இன்னும் சில நாள்கள் தங்கியிருப்பீர்கள் அல்லவா?

'ஆமாம். ஆனால், நடுவில் ஒரு சில நாள்களுக்கு ஹரித்வார் சென்று வரக்கூடும்' என்றார் அப்பா.

'அப்படியா! லக்ஷ்மணஜூலாவுக்கு அருகே பன்னிரண்டு அடி நீளமுள்ள மலைப் பாம்பு ஒன்றை சமீபத்தில் கண்டுபிடித்ததாக யாரோ என்னிடம் சொன்னார்கள். உண்மையைச் சொல்வதானால், ஒருமுறை அங்கே போய் வரலாம் என்று எண்ணியிருக்கிறேன்.'

டாக்டர் ஸ்ரீவத்சவாவை அவரது வீட்டில் விட்டோம். அவர் காரிலிருந்து இறங்கிக் கொண்டிருந்தபோது திடீரென்று பயமுறுத்தும் விசித்திரமான சத்தம் வனபிகாரி பாபுவின் தோட்டப் பகுதியிலிருந்து வெளிப்பட்டு எங்களை திடுக்கிடச் செய்தது. ஃபெலுடா மட்டும்தான் கொட்டாவி விட்டுக்கொண்டே 'மர ஓநாய்' என்று கூறினார். அடக் கடவுளே! இதுதான் அந்தப் புகழ்பெற்ற மர ஓநாய் ஊளையா? அந்தச் சத்தம் என் ரத்தத்தையே உறையச் செய்துவிட்டது.

டாக்டர் ஸ்ரீ வத்சவா காரில் குனிந்தவாறு ஜன்னல் வழியே கூறினார்: 'ஆமாம். இந்தச் சத்தம் எப்பொழுதுமே என்னைக் குலைநடுங்கச் செய்வதுண்டு. ஆனால், இப்போது எனக்குப் பழக்கமாகி விட்டது.'

'நேற்றிரவு வேறெதுவும் பிரச்னை இல்லையே?' என்று திரு மாமா கேட்டார்.

'இல்லையில்லை; எதுவுமில்லை' என்று டாக்டர் ஸ்ரீவத்சவா சிரித்துக்கொண்டே கூறினார்.

நாங்கள் வீட்டை அடைந்தபோது கிட்டத் தட்ட இருட்டி விட்டது. எங்கிருந்தோ பறை சத்தம் கேட்டது. 'ராம் லீலா கொண்டாட்டத்துக்கான தயாரிப்பு நடக்கிறது' என்று கூறினார் திரு மாமா.

'ராம்லீலா என்றால்?'

'அதுவா? தசரா பண்டிகையின் போது வடநாட்டில் கொண்டாடப்படும் பண்டிகை அது. ராமாயணம் முழுவதுமே ஒரு நாடகமாக நடத்தப்படும். மிகப்பெரிய ராவணன் கொடும் பாவியின் மீது, தேரில் நின்றபடி ராமனும் லக்ஷ்மணனும் அம்புகளைத் தொடுப்பதுடன் அந்த நாடகம் முடிவடையும். அந்தக் கொடும் பாவியில் தீப்பற்றிக் கொள்ளும் வகையிலான பொடி நிறைந்திருக்கும். அம்புகள் கொடும் பாவியைத் தொடும்போது அது பற்றி எரியத் தொடங்கும். அதன் உள்ளே இருக்கும் வெடிகள் வெடிக்கும்; ராக்கெட்டுகள் பறக்கும். இறுதியில் அந்த பிரமாண்டமான ராவணனின் கொடும்பாவி சாம்பலாகிவிடும். பார்க்க மிகவும் அருமையாக இருக்கும்!'

நாங்கள் வீட்டை அடைந்தபோது திரு மாமாவின் வேலைக்காரர், 'நீங்கள் வெளியே போயிருந்தபோது டாக்டர் ஸ்ரீவத்சவா வந்திருந்தார். அப்புறம், ஒரு சாதுவும் வந்திருந்தார். சுமார் அரை மணி நேரம் உங்களுக்காகக் காத்திருந்துவிட்டு கிளம்பிவிட்டார்.'

'சாதுவா?'

சாமியார் எவரும் வருவார் என திரு மாமா எதிர்பார்க்கவில்லை என்பது தெளிவாகத் தெரிந்தது.

'அவர் எங்கே காத்திருந்தார்?'

'வரவேற்பு அறையில்தான்!'

'என்னைப் பார்க்க வேண்டும் என்றா கூறினார்?'

'ஆமாம்!'

'அவர் என் பெயரைத்தான் கூறினாரா?'

'ஆமாம்!'

'மிகவும் விசித்திரமாக இருக்கிறதே!'

திரு மாமா ஒரு நிமிடம் யோசித்துவிட்டு, வேகமாக அவரது படுக்கை அறைக்குச் சென்றார். அவர் கோத்ரெஜ் அலமாரியைத் திறக்கும் சத்தம் எங்களுக்குக் கேட்டது. அதைத் தொடர்ந்து ஒரு கூக்குரல் எழுந்தது. 'அய்யய்யோ! என்ன கொடுமை இது!' அப்பா, ஃபெலுடா, நான் மூவரும் அவரது அறையை நோக்கி ஓடினோம்.

கையில் அந்தச் சிறிய வெல்வெட் பெட்டி திறந்திருக்க, வெறித்த கண்களுடன் திரு மாமா நின்றிருந்தார். அந்தப் பெட்டி காலியாக இருந்தது.

ஒருவித முட்டாள்தனத்துடன் வெறித்துப் பார்த்துவிட்டு, திரு மாமா தடாலென்று அவரது படுக்கையில் விழுந்தார்.

நான்கு

அடுத்த நாள் காலை கொஞ்சம் குளிராகவே இருந்தது. எனவே, எனது கழுத்தைச் சுற்றி மஃப்ளரை கட்டிக் கொள்ளுமாறு அப்பா கூறியிருந்தார். அவரது முகச் சுருக்கத்தில் இருந்து அவர் மிகுந்த கவலையுடன் இருந்ததாகத் தோன்றியது. எங்கே போகிறேன் என்றுகூட யாரிடமும் சொல்லாமல், திரு மாமா, அதி காலையிலேயே வீட்டைவிட்டு வெளியே கிளம்பி விட்டார். நேற்றைய சம்பவத்துக்குப் பிறகு அவர் திரும்பத் திரும்ப ஒரே வார்த்தையைத்தான் கூறிக் கொண்டிருந்தார். 'இப்பொழுது நான் எந்த முகத்தை வைத்துக்கொண்டு ஸ்ரீவத்சவாவை பார்ப்பேன்?'

அப்பா அவரைத் தேற்றும் வகையில் கூறினார்: 'இருந்தாலும், அது ஒன்றும் உன் தவறல்ல. நீ இல்லாத நேரத்தில், சாது என்ற போர்வையில், திருடன் வருவான் என்று உனக்கு எப்படித் தெரியும்? நீ ஏன் போலீஸுக்குப் போகக்கூடாது? இன்ஸ்பெக்டர் கர்காரியை உனக்குத் தெரியும் என்று கூறினாயே!' எனவே, போலீஸுக்குத் தகவல் தெரிவிப்பதற்காக திரு மாமா போயிருக்கக் கூடும்.

காலை சிற்றுண்டியின் போது அப்பா சொன்னார்: 'கவர்னர் மாளிகைக்கு உங்களை அழைத்துச் செல்லலாம் என்று நினைத் திருந்தேன். இன்று நான் இங்கேயே இருப்பதுதான் நல்லது. நீங்கள் விரும்பினால் இருவரும் வெளியே போய்விட்டு வாருங்கள்.'

இதைக் கேட்டு நான் புன்னகைத்தேன். ஏனென்றால், நடந்தே ஊரைச் சுற்றிப் பார்க்கலாம் என்று ஃபெலுடா ஏற்கெனவே என்னிடம் சொல்லியிருந்தார். அவருடன் சேர்ந்து கொள்வது என்று தீர்மானித்தேன். கால் போன போக்கில் நடந்து செல்வது

மட்டுமே அவரது நோக்கமல்ல என்று எனக்குத் தெரியும். நேற்றிரவில் இருந்தே அவரது கண்களில் உறுதி வெளிப் பட்டது.

காலையில் எட்டு மணிக்குப் பிறகு நாங்கள் புறப்பட்டோம்.

நாங்கள் வீட்டை விட்டு வெளியே வந்ததுமே ஃபெலுடா சொன்னார்: 'தொப்ஷே! முன் கூட்டியே உன்னை எச்சரிக்கிறேன். நீ பேசினாலோ, நிறைய கேள்விகள் கேட்டாலோ உன்னைத் திருப்பி அனுப்பிவிடுவேன். உன் வாயை மூடிக்கொண்டு என்னோடு நடந்து வா.. அது போதும்!'

'திரு மாமா போலீஸுக்குத் தகவல் தெரிவித்திருந்தால்...?'

'அப்படி செய்தால்தான் என்ன?'

'ஒருவேளை உங்களுக்கு முன்னால் அவர்கள் திருடனை பிடித்துவிட்டால்...?'

'அதைப்பற்றி கவலையில்லை. என் பெயரை மாற்றிக்கொண்டு விடுவேன். அவ்வளவுதான்.'

திரு மாமா ஃப்ரேஸர் சாலையில் வசித்து வந்தார். இரு பக்கமும் பெரிய தோட்டங்களைக் கொண்ட வீடுகள் அமைந்த அமைதி யான சாலை அது. அந்தச் சாலை நேராக டப்ளிங் சாலைக்குச் சென்றது. கல்கத்தாவை போல் இல்லாமல் லக்னோவில் தெருக்கள் அனைத்துமே தெளிவாகக் குறிப்பிடப்பட்டிருந்தன.

டப்ளிங் சாலையும் பார்க் சாலையும் சேரும் மூலையில் ஒரு வெற்றிலை பாக்கு பீடா கடை இருந்தது. ஃபெலுடா அந்தக் கடையை நோக்கிச் சென்றார்.

'எனக்கு இனிப்பு பீடா கிடைக்குமா?' என்று கேட்டார் ஃபெலுடா.

'கிடைக்கும் பாபு. உங்களுக்கென்றே ஸ்பெஷலாக மசாலா போட்டுத் தருகிறேன்' என்றார் அந்தக் கடைக்காரர்.

'நன்றி.'

பீடா அவரிடம் கொடுக்கப்பட்டது. ஃபெலுடா அதற்கான பணத்தைக் கொடுத்து விட்டு அதை வாயில் போட்டுக்கொண்டு கேட்டார்: 'இதோ பாருங்கள், நான் இந்த ஊருக்கு புதிது. இங்கே ராமகிருஷ்ண மிஷன் எங்கே இருக்கிறது என்று உங்களால் கூற முடியுமா?'

'ராமகிருஷ்ண மிஷர்...?'

'இல்லையில்லை. ராமகிருஷ்ண மிஷன். ஒரு பெரிய சாது லக்னோவுக்கு வருகிறார் என்றும், அவர் ராமகிருஷ்ண மிஷனில் தங்கியிருப்பார் என்றும் கேள்விப்பட்டேன்.'

அந்த பீடா கடைக்காரர் தலையை ஆட்டியவாறே ஏதோ சொன்னார். அதை என்னால் புரிந்துகொள்ள முடியவில்லை. இருந்தாலும், வேறொருவரிடம் இருந்து ஓரளவு தகவலை எங்களால் பெற முடிந்தது.

பெரிய மீசை வைத்திருந்த ஒருவர், அந்தக் கடைக்கு அருகே ஒரு ஸ்பிரிங் கட்டிலில் படுத்துக்கொண்டே ராகத்துடன் பாடிக் கொண்டிருந்தார். அந்தப் பாட்டுக்கு ஏற்ப தன் கையில் இருந்த துருப்பிடித்த தகர டப்பாவில் தாளமும் போட்டுக் கொண்டிருந்தார். இப்போது தன் பாட்டை நிறுத்திவிட்டு எங்களை அவர் கேட்டார்: 'அந்த தாடி வைத்த சாமியாரா, கறுப்புக் கண்ணாடி கூட போட்டிருந்தாரே, அவரா? டோங்கா வண்டி ஸ்டாண்ட் எங்கே இருக்கிறது என்று அவர் என்னை விசாரித்தார். நான்தான் அவருக்கு வழி காட்டினேன்.'

'அந்த டோங்கா ஸ்டாண்ட் எங்கே இருக்கிறது?'

'இங்கிருந்து ஐந்து நிமிட தூரம்தான். அந்த முச்சந்திக்குப் பிறகு பார்த்தால் வரிசையாக டோங்கா வண்டிகள் நின்று கொண்டு இருக்கும்.'

'சுக்ரியா' என்றார் ஃபெலுடா.

'அதாவது, அதற்கு உருது மொழியில் 'நன்றி' என்று பொருள்' என ஃபெலுடா என்னிடம் சொன்னார். இதற்கு முன் அந்த வார்த்தையை நான் கேட்டதே இல்லை.

டோங்கா ஸ்டாண்டில் நாங்கள் விசாரித்த போது எட்டாவது வண்டிக்காரர், அதற்கு முந்தைய நாள் மாலை தாடி வைத்த, காவி உடை தரித்திருந்த ஒருவர் தனது வண்டியில் பயணம் செய்ததாக ஒப்புக்கொண்டார்.

'அவரை எங்கே அழைத்துச் சென்றீர்கள்?'

'இஸ்டேஷன்!'

'அதாவது ரயில்வே ஸ்டேஷனையா சொல்கிறீர்கள்?'

'ஆமாம்; ஆமாம்.'

'அங்கே போவதற்கு எவ்வளவு கட்டணம் வாங்கினீர்கள்?'

'எழுபத்தைந்து பைசா.'

'அங்கு போய் சேர எவ்வளவு நேரமாகும்?'

'பத்து நிமிடங்களாகும்.'

'நான் உங்களுக்கு ஒரு ரூபாய் தந்தால், எங்களை எட்டு நிமிடத்துக்குள் ஸ்டேஷனுக்கு அழைத்துச் செல்லமுடியுமா, அதுவும் இப்பொழுது?'

'ஏன், ரயிலைப் பிடிக்க வேண்டுமா?'

'ஆமாம். உலகத்திலேயே மிகச் சிறந்த ரயில், அதன் பெயர் இம்பீரியல் எக்ஸ்பிரஸ்!'

அந்த வண்டிக்காரர் அசட்டுத்தனமாக சிரித்துக்கொண்டே, 'சரி! உங்களை எட்டு நிமிடத்தில் அங்கே அழைத்துச் செல்கிறேன்' என்றார்.

நாங்கள் போகும் வழியில் கொஞ்சம் தயக்கத்துடனேயே நான் கேட்டேன்: 'அந்த மோதிரத்தை கையில் வைத்துக்கொண்டு, அந்த சாது ஸ்டேஷனில் காத்துக் கொண்டிருப்பார் என்றா நினைக்கிறீர்கள்?'

இதைக் கேட்டதும் ஃபெலுடா என்னைக் கடுமையான சினத்துடன் பார்த்தார். நான் உடனே வாயை மூடிக்கொண்டேன்.

சிறிது நேரம் கழித்து அவர் வண்டி யோட்டியிடம் கேட்டார்: 'அந்த சாது தன்னுடன் பயணப் பெட்டி ஏதாவது வைத்திருந் தாரா?'

வண்டியோட்டி ஒரு நிமிடம் யோசித்துவிட்டு சொன்னார்: 'ஆமாம். அவரிடம் பயணப்பெட்டி இருந்ததென்று நினைக்கிறேன். ஆனால், பெரிய பெட்டி அல்ல!'

'அப்படியா?'

ஸ்டேஷனை அடைந்தபிறகு, அந்த சாதுவை பார்த்ததாக நினைவுபடுத்திக் கூறும் வாய்ப்புடைய அனைவரையும் நாங்கள் விசாரிக்கத் தொடங்கினோம். டிக்கெட் பூத்தில் உள்ளவரோ, வாயிலில் நிற்பவரோ, கூலியாள்களோ எவராலும் பதில் அளிக்க இயலவில்லை. ரயில்வே ஸ்டேஷனில் இருக்கும் உணவு விடுதியின் மேனேஜர் கேட்டார்: 'நீங்கள் பவித்ரானந்த தாகூரை பற்றி கேட்கிறீர்களா? டேராடூனில் வசிக்கிறாரே அவர்தானே? மூன்று நாள்களுக்கு முன்புதான் அவர் இங்கு வந்தார். அவ்வளவு சீக்கிரம் அவர் திரும்பி போயிருக்க முடியாது. அதுபோக அவருடன் ஒரு பெரிய கூட்டமே பயணம் செய்யும்!'

இறுதியில் முதல் வகுப்பு ஓய்வறையின் காவலாளிதான் நாங்கள் கூறிய அடையாளம் தாங்கிய நபரை பார்த்ததாகக் கூறினார்.

'அவர் ஓய்வறையில்தான் இருந்தாரா?'

'இல்லை; அவர் இங்கே தங்கவில்லை.'

'அப்படியென்றால்...?'

'அவர் குளியலறைக்குச் சென்றார். அவரது கையில் ஒரு சிறிய பெட்டியும் வைத்திருந்தார்.'

'அதன்பிறகு என்னவாயிற்று?'

'எனக்குத் தெரியாது சார். அதன் பிறகு நான் அவரைப் பார்க்கவேயில்லை.'

'அந்த நேரம் முழுவதும் நீங்கள் இங்குதான் இருந்தீர்களா?'

'ஆமாம். அந்த நேரத்தில்தான் டுன் எக்ஸ்பிரஸ் வர இருந்தது. இங்கே நிறைய பேர் இருந்தார்கள். இந்த அறையை விட்டு நான் வெளியே போகவே இல்லை.'

'மீண்டும் அவரை நீங்கள் பார்க்காமல்கூட இருந்திருக்கலாம்.'

'இருக்கலாம்; நான் பார்க்காமல்கூட இருந்திருக்கலாம்.'

ஆனால், அந்த சாது குளியலறையில் இருந்து வெளியே வந்திருந்தால் நிச்சயமாக கவனித்திருப்பேன் என்று அவர் சொல்ல விரும்பியதாகவே எனக்குத் தோன்றியது.

அப்படியானால், அந்த சாது எப்படி மறைந்து போனார்?

நாங்கள் ஸ்டேஷனை விட்டு வெளியே வந்தோம். இங்கும்கூட டோங்கா வண்டிகள் வரிசையாக நின்றிருந்தன. அவற்றில் ஒன்றில் நாங்கள் ஏறிக்கொண்டோம். இத்தகைய வண்டிகளை ஒருவித புது கண்ணோட்டத்துடன் நான் பார்க்கத் தொடங்கினேன். இதற்கு முன்பு நாங்கள் வந்த வண்டி ஏழு நிமிடங்கள் ஐம்பத் தேழு நொடிகளில் ஸ்டேஷனை வந்த டைந்தது.

நாங்கள் புறப்பட்டவுடன் மற்றொரு கேள்வியைக் கேட்காமல் என்னால் இருக்க முடியவில்லை.

'குளியலறையிலேயே அந்த சாது மாயமாக மறைந்து விட்டாரா?'

'ஆமாம். அவர் அப்படிக்கூட செய்திருக்கலாம். பழைய நாள்களில் சாதுக்களுக்கு நினைத்த நேரத்தில் மாயமாக மறையும் சக்தி இருந்தது என்று கேள்விப்பட்டிருக்கிறேன்.'

என் கேள்விக்கு ஆர்வத்துடன் அவர் பதிலளிக்கவில்லை என்பதை என்னால் உணர்ந்து கொள்ள முடிந்தது. ஆனாலும், நேருக்கு நேராக பார்த்துக்கொண்டு அவர் சொன்னதில், அதை உணர்ந்துகொள்வது கடினமாகத்தான் இருந்தது.

நகரின் மையப்பகுதிக்கு நாங்கள் வந்து சேர்ந்தபோது வேடிக்கை யானதொரு சத்தம் எங்களை வரவேற்றது. பேண்டு வாத்திய சத்தத்தைப் போல அது இருந்தது. அருகில் வரவர அதிகமாகிக் கொண்டே வந்தது. அதன்பின்பு நாங்கள் இருந்த டோங்காவைப் போன்ற ஒரு வண்டியைக் கண்டோம். இந்த வண்டிக்கு இருந்த வித்தியாசம் என்பது செயற்கையான பூக்களாலும், பலூன்களாலும், வண்ணக் கொடிகளாலும் அந்த வண்டி அலங்கரிக்கப்பட்டிருந்தது; ஒலி பெருக்கியிலிருந்து இசை வந்து கொண்டு இருந்தது; கோமாளி குல்லா அணிந்திருந்த ஓர் ஆள் மக்களிடையே கத்தைகத்தையாக நோட்டீஸ்களை அள்ளி வீசிக் கொண்டிருந்தார்.

'இந்தி சினிமா படத்துக்கான விளம்பரம்' என்றார் ஃபெலுடா.

அவர் சொன்னது சரிதான். அந்த வண்டி எங்களைக் கடந்து சென்றபோது பளிச் என்ற போஸ்டர் அதன் ஒரு பக்கமாக ஒட்டப் பட்டிருந்ததை என்னால் காண முடிந்தது. அந்தப் படத்தின் பெயர் சூடாகு மன்ஸூர். ஒருசில நோட்டீஸ்கள் எங்கள் டோங்காவிலும் வந்து விழுந்தன. அதனோடு கூடவே பந்தாக சுருட்டப்பட்ட ஒரு வெள்ளைக் காகிதமும் வீசப்பட்டது. அது ஃபெலுடாவின் மார்பில் பட்டு வண்டிக்குள்ளேயே விழுந்தது.

'ஃபெலுடா, அதை வீசியவனை நான் பார்த்தேன். ஆஃப்கனிஸ்தான் நாட்டு பாணியில் அவன் உடை அணிந்திருந்தான். ஆனால்...' என்று நான் கத்தினேன்.

நான் பேசி முடிப்பதற்கு முன்பாகவே, கீழே விழுந்த அந்த காகிதத்தை எடுத்துக்கொண்டு, கீழே இறங்கி அந்த மனிதன் இருந்த திசை நோக்கி ஃபெலுடா ஓடத் தொடங்கியிருந்தார். மக்கள் நெருக்கம் இருந்த போதிலும், யார் மீதும் மோதாமல், அவ்வளவு வேகமாக அவர் ஓடுவதை மிகுந்த வியப்புடன் நான் பார்த்துக் கொண்டிருந்தேன்.

இதற்கிடையே எங்கள் வண்டியோட்டி வண்டியை நிறுத்தி விட்டார். காத்திருப்பதைத் தவிர எனக்கு வேறு வழி இல்லை. அந்த ஒலிபெருக்கியில் இருந்து வந்த இசை படிப்படியாகக் குறைந்துகொண்டே வந்தது. தெருவிலிருந்த சிறுவர்கள் அந்த

நோட்டீஸ்களை எடுத்துக் கொண்டிருந்தார்கள். சில நிமிடங் களுக்குப் பிறகு ஃபெலுடா மூச்சிரைக்க திரும்பி வந்தார். வண்டியில் ஏறி அமர்ந்ததும், வண்டியை ஓட்டும்படி சைகை செய்துவிட்டு கூறினார்: 'இந்த இடத்தின் சந்து பொந்துகள் எனக்குப் பழக்கமாக இல்லாததால்தான் அவனால் தப்பிக்க முடிந்தது!'

'அவனை உண்மையிலேயே பார்த்தீர்களா, என்ன?' என்று நான் கேட்டேன்.

'நீயே பார்த்திருக்கும்போது நான் எப்படி தவறவிட முடியும்?'

நான் வேறெதுவும் கூறவில்லை. ஃபெலுடா ஏற்கெனவே அந்த ஆளை பார்க்காமல் இருந்திருந்தால், ஆப்கன் தேசத்தவனைப் போல் உடை உடுத்தியிருந்தாலும், ஆப்கனை போல அந்த ஆள் உயரமாக இருக்கவில்லை என்று சொல்லியிருப்பேன்.

ஃபெலுடா, இப்போது பந்தாக சுருட்டியிருந்த காகிதத்தை வெளியே எடுத்து, அதைச் சரிப்படுத்தி அதிலிருந்த எழுத்துகளை படித்தார். பின்னர் அதை மூன்றாக மடித்து தனது பர்ஸ்ﹸக்குள் வைத்துக்கொண்டார். அதில் என்ன எழுதி யிருந்தது என்று அவரிடம் கேட்க எனக்குத் துணிவில்லை.

நாங்கள் வீட்டை அடைந்தபோதுதான் பார்த்தோம், திரு மாமா வீட்டுக்குத் திரும்பியிருந்தார். அவருடன் ஸ்ரீவத்சவாவும் இருந்தார். அந்த மோதிரம் தொலைந்துபோனது குறித்து டாக்டர் ஸ்ரீவத்சவா அதிகம் கவலைப்பட்டவராகத் தோன்றவில்லை. அவர் சொன்னார்: 'அந்த மோதிரத்தில் ஏதோ தடை சக்தி இருக்கிறது என்றுதான் நான் கூறுவேன். அது எங்கெங்கெல்லாம் போனதோ அங்கெல்லாம் துன்பத்தையே உருவாக்கி இருக்கிறது. நீங்கள் இல்லாத நேரத்தில் அது திருடப்பட்டது கூட உங்கள் அதிர்ஷ்டம்தான். ஒருவேளை இரவு நேரத்தில் உங்கள் வீட்டை உடைத்துக்கொண்டு அவர்கள் வந்திருந்தால்...? அவர்கள் தாக்குதலில் இறங்கியிருந்தால் என்ன ஆகியிருக்கும்?'

இதைக் கேட்டு திரு மாமா புன்னகைத் தார்.

'அப்படி இருந்திருந்தால் புரிந்துகொள்ளக் கூடியதாய் இருக்கும். அந்த ஆள் என்னை முட்டாள் ஆக்கிவிட்டான். அதைத்தான் என்னால் பொறுத்துக்கொள்ள முடிய வில்லை.'

'திரு பாபு! கவலைப்படுவதை நிறுத்துங்கள். எப்படி இருந்தாலும், நான் அதை உங்களிடம் கொடுக்காமல் இருந்தாலும் கூட, அந்த

மோதிரம் நம் கையை விட்டுப் போயிருக்கும்தான். தயவுசெய்து போலீஸுக்குப் போகாதீர்கள். அது பிரச்னையை மேலும் மோசமாக்கிவிடும். அதை எடுத்தவர்கள் யாராக இருந்தாலும் மீண்டும் உங்களைத் தாக்கவும் முயற்சிக்கக் கூடும்!'

இந்தப் பேச்சு நடந்து கொண்டிருந்தபோது ஃபெலுடா, 'லைஃப்' இதழை புரட்டிக் கொண்டிருந்தார். அவர் இப்பொழுது அதைக் கீழே வைத்துவிட்டு, சோபாவில் சாய்ந்தவாறே கேட்டார்: 'மகாவீருக்கு இந்த மோதிரம் பற்றித் தெரியுமா?'

'அதாவது பியாரிலால் மகனைப் பற்றிதானே கேட்கிறீர்கள்?'

'ஆமாம்.'

'எனக்கு நிச்சயமாகத் தெரியாது. அவன் டூன் பள்ளியில் படித்து வந்தான். அதன்பிறகு ராணுவ அகாதமியில் சேர்ந்தான். இறுதியில் அதையும் விட்டுவிட்டு பம்பாய்க்குச் சென்றுவிட்டான். இப்போது அவன் ஒரு நடிகனாக இருக்கிறான் என்று நினைக்கிறேன்.'

'தனது மகன் சினிமாவில் நடிப்பதை பியாரிலால் ஒப்புக் கொண்டிருந்தாரா?'

'அவர் என்னிடம் எதையும் கூறியதில்லை. எனினும், தன் மகன் மீது அவருக்கு மிகுந்த அன்பு இருந்தது என்பது மட்டும் தெரியும்.'

'பியாரிலால் இறந்தபோது மகாவீர் லக்னோவில்தான் இருந்தாரா?'

'இல்லை. அவன் அப்போது பம்பாயில் இருந்தான். செய்தி கேள்விப்பட்டதும் உடனே இங்கு வந்துவிட்டான்.'

திரு மாமா சொன்னார்: 'அடக் கடவுளே! ஃபெலு! போலீஸ் காரர்களைப் போலவே நீயும் கேள்வி கேட்கிறாயே!'

அப்பா அதற்கு விளக்கம் அளித்தார். 'அவன் ஓர் அமெச்சூர் துப்பறியும் நிபுணன். இந்த மாதிரியான விஷயங்களில் அவனுக்குக் கொஞ்சம் திறமை உண்டு' என்றார்.

மிகுந்த வியப்புடன் டாக்டர் ஸ்ரீவத்சவா ஃபெலுடாவை பார்த்தார்.

'ரொம்ப நல்லது; ரொம்ப நல்லது!'

திரு மாமா மட்டும்தான், கொஞ்சம் கேலியாகச் சொன்னார்: 'துப்பறியும் நிபுணர் தங்கியிருந்த இடத்தில்தான் திருடன் ஒரு

பொருளை எடுத்துச் சென்றுவிட்டான்! இது மிகவும் வருந்தத்தக்கது, இல்லையா?'

ஃபெலுடா இதற்குக் கருத்து எதுவும் கூறவில்லை. அதற்கு பதிலாக, ஸ்ரீவத்சவாவை நோக்கி திரும்பி, மற்றொரு கேள்வியைக் கேட்டார்.

'மகாவீர் சினிமாவில் போதுமான அளவுக்குச் சம்பாதிக்கிறாரா?'

'அதைப் பற்றி எனக்கொன்றும் தெரியாது. இரண்டு ஆண்டு களுக்கு முன்புதான் அவன் பம்பாய்க்குப் போனான்.'

'அவரிடம் நிறைய பணம் இருக்கிறதல்லவா? நான் கூறுவது என்னவென்றால்...!'

'ஆமாம். பியாரிலால் தன் சொத்துகள் முழுவதையுமே அவனுக்கு விட்டுச் சென்றிருக்கிறார். சினிமாவில் நடிப்பது என்பது, அவனைப் பொறுத்தவரையில் வெறும் பொழுது போக்குதான்.'

'அப்படியா?' என்று கூறிக்கொண்டே ஃபெலுடா மீண்டும் 'லைஃப்' இதழை கையில் எடுத்தார்.

ஸ்ரீவத்சவா தனது கைகடிகாரத்தை திடீரென்று பார்த்துவிட்டு குரலெழுப்பினார். 'அடக் கடவுளே! இவ்வளவு நேரம் ஆகி விட்டதா? எனது நோயாளியைப் பற்றி மறந்துவிட்டேன். என்னை மன்னித்து விடுங்கள்!'

திரு மாமாவும் அப்பாவும் அவரை வழியனுப்ப அவருடன் சென்றார்கள். ஃபெலுடா அந்த இதழை டேபிளின் மீது வைத்துவிட்டு கேட்டார்: 'நீ எங்கே போக விரும்புகிறாய், சந்திரனுக்கா, இல்லை, செவ்வாய் கிரகத்துக்கா?

'இந்த நிமிடம் நான் ஒன்றே ஒன்றைத்தான் செய்ய விரும்பு கிறேன்' என்று நான் பதிலளித்தேன்.

ஃபெலுடா நான் சொன்னதைப் பொருட் படுத்தவே இல்லை. 'இந்த இதழில் இப்பொழுதுதான் சந்திரனின் மேற்குதியின் புகைப்ப த்தைப் பார்த்தேன். அது ஒன்றும் உற்சாகமாக இல்லை. நான் செவ்வாய் கிரகம் குறித்துதான் ஆர்வமாக உள்ளேன்' என்றார்.

நாற்காலியில் இருந்து எழுந்துகொண்டே நான் சொன்னேன்: 'ஃபெலுடா! நான் உங்கள் பர்ஸில் உள்ள அந்தக் காகிதம் குறித்துதான் ஆர்வமாக இருக்கிறேன்.'

'ஓ! அதுவா? இதோ பார்!'

கேரம் விளையாடும் போது சுண்டுவது போல மடிக்கப்பட்ட அந்தக் காகிதத்தை என்மீது வீசி எறிந்தார் ஃபெலுடா. நான் அதைத் திறந்தபோது இரண்டே வார்த்தைகள்தான் கண்ணில் பட்டன.

'கவனமாக இரு!'

அதை எழுதியவர் ஒருவிதமான சிவப்பு மையை பயன்படுத்தி இருக்கிறார். அது வழக்கமாக எழுதும் மை அல்ல. வேறு எதுவாக இருக்கும்? நான் என்ன யோசிக்கிறேன் என்பதை ஃபெலுடா மிக எளிதாக ஊகித்திருக்க வேண்டும். ஏனென்றால், அவர் சொன்னார்: 'சில நேரங்களில் பீடாவில் மசாலா சேர்க்கப்படும் போது, அதன் சாறு வாயின் வெளியே வழியும். அத்தகைய சாறு கொண்டுதான் இந்த வார்த்தைகள் எழுதப்பட்டுள்ளன.'

அந்தக் காகிதத்தை என் மூக்குக்கு அருகே கொண்டு சென்று முகர்ந்தேன். நிச்சயமாக பீடா வாசனைதான்.

'இதை எப்படி எழுதியிருப்பார்கள்?'

'எனக்குத் தெரியாது!'

'உங்களை ஏன் கவனமாக இரு என்று சொல்ல வேண்டும்? நீங்கள் ஒன்றும் அந்த மோதிரத்தைத் திருடவில்லையே!'

ஃபெலுடா பலமாக சிரிக்கத் தொடங்கினார்.

'முட்டாளே! குற்றம் செய்பவனுக்கு ஒன்றும் எச்சரிக்கையும் அச்சுறுத்தலும் வருவதில்லை! குற்றவாளியின் எதிரிக்குத்தான் அது வழங்கப் படுகிறது. ஒரு துப்பறியும் நிபுணர் எப்பொழுதுமே குற்றவாளிக்கு எதிரிதான். எனவே, குற்றம் செய்பவனைத் துரத்துபவர் எப்பொழுதுமே உயிரை பணயம் வைக்கத்தான் வேண்டியிருக்கிறது.'

இதைக் கேட்டதும் என் இதயம் வேகமாகத் துடிக்கத் தொடங்கியது. தொண்டையும் வறண்டது. நான் மென்று விழுங்கிக்கொண்டே கேட்டேன்: 'அப்படியானால் நம்மைக் காப்பாற்றிக் கொள்ள சில நடவடிக்கைகளை எடுக்க வேண்டியிருக்கும்.'

'ஏற்கெனவே அத்தகைய நடவடிக்கைகளை எடுக்கவில்லை என்று யார் உனக்கு சொன்னது?' என்று கேட்டுக்கொண்டே, ஃபெலுடா தன் பாக்கெட்டிலிருந்து உருளையான ஒரு டப்பாவை எடுத்தார்.

அந்த டப்பாவின் மேல் 'பற்களுக்கான பாதுகாப்பு' என்று எழுதியிருந்தது.

இது ஏன், வெறும் பற்பொடிதானே இது?

பல ஆண்டுகளுக்கு முன்னால் என் தாத்தா அதை பயன்படுத்தி யதை நான் பார்த்திருக்கிறேன். வியப்புடன் நான் கேட்டேன்: 'இந்தப் பற்பொடியை வைத்துக்கொண்டு என்ன செய்வீர்கள், ஃபெலுடா?'

'முட்டாள்தனமாக பேசாதே! இது ஒன்றும் பற்பொடி அல்ல!'

'அப்போ, வேறென்ன அது?'

ஃபெலுடா தன் கண்களை விரிய திறந்து, கழுத்தை நீட்டி, பெருமை பொங்க அறிவித்தார்: 'இது பொடியாக்கப்பட்ட இடி!'

ஐந்து

அன்று இரவு உணவுக்குப் பிறகு ஃபெலுடா திடீரென்று என்னிடம் கேட்டார்: 'தொப்ஷே! இவை எல்லாவற்றிலிருந்தும் உனக்கு என்ன தோன்றுகிறது?'

'எல்லாம் என்றால் என்ன?'

'அதாவது இதுவரை நடந்த சம்பவங்களில் இருந்து.'

'ஏன், உங்களுக்குத்தான் தெரிந்திருக்க வேண்டும்?! நீங்கள்தான் துப்பறியும் நிபுணர்! அந்த சாது யார் என மேலும் நாம் கண்டுபிடிக்கும் வரையில் என்னால் எந்த முடிவுக்கும் எப்படி வரமுடியும்?'

'ஆனால், ஒருசில விஷயங்கள் மிகத் தெளிவாகத்தானே உள்ளன. உதாரணமாக அந்த சாது குளியலறைக்குள் சென்று மீண்டும் வெளியே வரவில்லை. இப்பொழுது அது தெளிவாகத் தெரிகிறது அல்லவா?'

'அதிலிருந்து என்ன தெரிகிறது?'

'உன்னால் அதைப் புரிந்துகொள்ள முடியவில்லையா?'

'அந்தக் காவலாளி போதுமான கவனத்துடன் பார்க்கவில்லை என்றுதான் எனக்குத் தோன்று கிறது.'

'இல்லையில்லை முட்டாள்!'

'அப்புறம் என்ன?'

'அந்த சாது வெளியே வந்திருந்தால், காவலாளி, நிச்சயமாக அவரைப் பார்த்திருக்கக் கூடும்.'

'அவர் வெளியே வரவில்லை என்கிறீர்களா?'

'அவர் கையில் என்ன வைத்திருந்தார் என்று உனக்கு நினைவிருக்கிறதா?'

'இதோ பாருங்கள்! நான் ஒன்றும்... ஆமாம்; ஆமாம். அவர் ஒரு சிறிய பெட்டியை கையில் வைத்திருந்தார்.'

'கைப்பெட்டியுடன் எந்த ஒரு சாதுவையாவது நீ பார்த்திருக் கிறாயா?'

'இல்லை. பார்த்ததாக என்னால் கூற முடியாது.'

'நல்லது. அதுதான் மிகத் தெளிவான சந்தேகத்தைக் கிளப்புகிறது.'

'நீங்கள் என்ன சந்தேகப்படுகிறீர்கள்?'

'உன்னையும் என்னையும் போல அவரும் சாதாரண ஆள்தான். சாது அல்ல. அவரது சாதாரண உடைகள்தான் அந்தப் பெட்டிக் குள் இருந்தன. அந்தக் காவி உடை வெறும் வேஷம்தான். ஏன், அந்த தாடியும்கூட போலியாகத்தான் இருக்கவேண்டும்.'

'அப்படியா?! அவர் உடைகளை மாற்றிக் கொண்டு, காவி உடையை பெட்டியில் வைத்து விட்டு, முற்றிலும் மாறுபட்ட மனிதனாக வெளியே வந்திருக்க வேண்டும். அந்தக் காவலாளி யால் அவரை அடையாளம் காணமுடியாமல் போனதில் வியப்பில்லை.'

'ஆமாம். இப்பொழுதுதான் நீ சரியாகப் பேசுகிறாய்?'

'ஆனால், உங்கள் மீது காகிதத்தை வீசியது யார்?'

'அந்தப் போலி சாதுவாகக்கூட இருக்கலாம்; அல்லது அவரது கையாளாகக்கூட இருக்கலாம். ஸ்டேஷனில் அவரைப் பற்றி விசாரித்ததை அவர் அறிந்திருக்க வேண்டும். எனவே, நமக்கு ஓர் எச்சரிக்கை அளிக்கத் தீர்மானித்திருக்க வேண்டும்.'

'நல்லது. இதற்கு மேலும் மர்மங்கள் இருக்கிறதா என்ன?'

'அதற்கு ஒரு முடிவே இல்லை. அந்தக் கறுப்பு காரில் டாக்டர் ஸ்ரீவத்சவாவை பின் தொடர்ந்தது யார்? பீடாவை சாப்பிட்டுக் கொண்டு, சார்மினார் சிகரெட் பிடித்துக்கொண்டு, வீட்டு வாயிலில் இருந்து நம்மை கவனித்துக் கொண்டிருந்தது யார்? அவர், அதே சாதுதானா அல்லது வேறு ஆளா? பியாரிலால் கூறிய உளவாளி என்ற வார்த்தைக்குப் பொருள் என்ன? வனபிகாரி பாபு, ஏன் தன் வீட்டில் கொடிய மிருகங்களை வைத்திருக்கிறார்? மகாவீர் இதற்கு முன்பு எங்கே வனபிகாரி பாபுவைச் சந்தித்திருக்கிறார்? அந்த மோதிரம் பற்றி அவருக்கு எவ்வளவு தூரம் தெரியும்?'

அன்றிரவு நான் விழித்துக்கொண்டே இந்த விஷயங்களைப் பற்றி யோசித்துக் கொண்டிருந்தேன். ஃபெலுடா அவரது நீல நிற குறிப்பேட்டில் ஏதோ எழுதிக் கொண்டிருந்தார். பின்னர், அவர் அதை எடுத்து வைத்துவிட்டு பத்தரை மணிக்கு படுக்கச் சென்றுவிட்டார். உடனே அவர் தூங்கிவிட்டார்.

தூரத்தில் பறை அடிக்கும் ஒலி கேட்டது. ஆமாம், ராம்லீலா. ஒருசமயம் ஏதோ ஒரு மிருகம் எழுப்பும் ஒலியையும் நான் கேட்டேன். அது நாயின் குரைப்பாகவோ, நரியின் ஊளை யாகவோகூட இருக்கலாம். ஆனால், அது மர ஓநாயின் ஊளையைப் போல எனக்குத் தோன்றியது.

வனபிகாரி பாடுவின் காட்டு விலங்குகளைப் பார்த்து ஃபெலுடா ஏன் குழப்பமடைகிறார்? ஏதோவொரு காரண காரியத்தோடுதான் ஒருவர் நடந்து கொள்வாரா என்ன? மக்களிடம் விசித்திரமான பல பழக்கவழக்கங்கள் இருக்கின்றன. எனவே, காட்டு விலங்குகளை வைத்திருப்பது அவருக்கு வெறும் பொழுதுபோக்காக இருக்காதா என்ன?

நான் எப்பொழுது தூங்கினேன் என்றே எனக்குத் தெரியாது. என்னைத் தூக்கத்திலிருந்து எது எழுப்பியது என்றும் என்னால் கூறமுடியாது. அப்பொழுது கும்மிருட்டாக இருந்தது. சுற்றுப் புறமும் மிக அமைதியாகத்தான் இருந்தது. பறை ஒலிகூட அப்பொழுது கேட்கவில்லை. விலங்குகளின் சத்தமும் அப்படித்தான். எனக்குப் பக்கத்தில் படுத்திருந்த ஃபெலுடா ஆழமாக மூச்சு விடுவதும், என் தலைமாட்டில் இருந்த அலாரம் கடிகாரத்தின் ஓசையும்தான் எனக்குக் கேட்டது. அதன்பிறகு, என் கண்கள் ஜன்னலின் மீது நிலைத்தது.

வழக்கமாகத் திறந்திருக்கும் அந்த ஜன்னலின் வழியாக நட்சத்திரங்கள் நிறைந்த வானத்தின் ஒரு பகுதியை என்னால் பார்க்க முடியும். ஆனால், இன்று இரவோ ஏதோ ஒன்று வானத்தின் பெரும்பகுதியை மறைத்துக் கொண்டிருந்தது.

தூக்கத்தின் மிச்ச சொச்சமும் என் கண்களை விட்டு அகன்ற நிலையில்தான், அது என்ன என்பதை உணர்ந்து திடுக்கிட்டேன். ஜன்னலுக்கு வெளியே, அதன் கம்பிகளை பிடித்துக்கொண்டு, எங்கள் அறையை உற்றுப் பார்த்தபடி ஓர் உருவம் நின்று கொண்டிருந்தது.

என் இதயமே நின்று போனது போலிருந்தது. அந்த உருவத்தி லிருந்து என் கண்களை விலக்கிக் கொள்ள என்னால் முடியவில்லை.

அறை முழுவதும் இருட்டாகத் தான் இருந்தது. வெளியே இருந்த நட்சத்திர வெளிச்சத்தில், அந்த மனிதனின் முகத்தை போதுமான அளவுக்குப் பார்க்க முடியவில்லை. ஆனால், அவன் முகத்தின் கீழ்பகுதி கறுப்புத் துணியால் மறைக்கப்பட்டிருந்தது என்பதை என்னால் ஊகிக்க முடிந்தது.

அவன் இப்பொழுது ஜன்னல் கம்பிகளின் வழியாக ஒரு கையை உள்ளே விடுகிறான். இல்லையில்லை; அது அவன் கை அல்ல. அவன் ஒரு இரும்புத் தடியை ஜன்னல் வழியாக உள்ளே நீட்டுகிறான்.

கடுமையானதொரு நெடி என் மூக்கைத் தாக்கியது. ஏற்கெனவே பயத்தால் நான் பேச்சு மூச்சற்று இருந்தேன். இப்பொழுதோ என் கை கால்களும் அசைவற்றதாக மாறத் தொடங்கின.

எனது தைரியம் அனைத்தையும் வலிய இழுக்க முயற்சி செய்தேன். பின்பு, எனது உடலை அசைக்காமல் என் இடது கையை மெதுவாக ஃபெலுடாவை நோக்கி நீட்டினேன். அப்பொழுதும் அவர் தூக்கத்தில்தான் இருந்தார்.

என் கண்கள் ஜன்னலை விட்டு அகலவே இல்லை. அந்த மனிதன் இன்னமும் இரும்புத் தடியை நீட்டிக் கொண்டுதான் இருந்தான். நெடி மேலும் வலுவாகிக்கொண்டு வந்தது. எனக்கு தலை சுற்றத் தொடங்கியதை உணர முடிந்தது.

அந்தச் சமயத்தில்தான் என் இடதுகை ஃபெலுடாவின் இடுப்பைத் தொட்டது. நான் அவரை முடுக்கினேன். ஃபெலுடா மெதுவாக அசைந்தார். அந்த அசைவில் அவரது கட்டில் சத்தம் எழுப்பியது. சரியாக அத்தருணத்தில் அந்த மனிதன் ஜன்னலில் இருந்து மறைந்துவிட்டான்.

ஃபெலுடா தூக்கக் கலக்கத்தில், 'ஏன் என்னை சீண்டினாய்?' என்று கேட்டார். நான் மென்று விழுங்கிக்கொண்டே பேச முயற்சித்தேன்.

ஒருவழியாக 'ஜன்னல்' என்றேன்.

'ஜன்னலுக்கு என்ன, யார்... கடவுளே! என்ன நெடி இது?'

இப்பொழுது முழுமையாக விழித்துக்கொண்ட ஃபெலுடா எழுந்து விரைவாக ஜன்னல் பக்கம் ஓடினார். ஒருசில நொடிப் பொழுதுகள் அதை உற்றுப் பார்த்துவிட்டு மீண்டும் என்னருகே வந்தார்.

'நீ என்ன பார்த்தாய், சொல்.'

அப்பொழுதும் என்னால் பேச முடியவில்லை. திக்கியவாறே, 'ஓர் ஆள்... இரும்புத் தடியை... உள்ளேவிட்டு...' என்றேன்.

'அந்தத் தடியை நம் அறைக்கு உள்ளேவா நீட்டினான்?'

'ஆமாம்.'

'அப்படியா? அந்தத் தடியில் மயக்க மருந்தை அவன் பூசியிருக்க வேண்டும். நம்மை மயக்கத்தில் ஆழ்த்த அவன் முயற்சி செய்திருக்கிறான்.'

'ஏன்?'

'இது வேறு யாராவது திருடனாகக்கூட இருக்கலாம். அந்த மோதிரம் இன்னமும் இந்த வீட்டில்தான் இருக்கிறது என்று அவன் நினைத்திருக்கலாம். கவலைப்படாதே, நீ இப்பொழுது தூங்கு. ஆனால், தயவுசெய்து இதைப்பற்றி உன் அப்பாவிடமோ, திரு மாமாவிடமோ சொல்லிவிடாதே. அவர்கள் மேலும் கவலைப்படத் தொடங்கிவிடுவார்கள். என் வேலையையும் குலைத்துவிடுவார்கள்.'

அடுத்த நாள் காலையில் அப்பா, திரு மாமா இருவருமே நிம்மதியாக இருந்தது போல் தோன்றியது. போலீஸுக்குத் தகவல் தெரிவிக்கப் பட்டிருந்தது. இன்ஸ்பெக்டர் கர்காரி, ஏற்கெனவே இந்த வழக்கில் வேலையைத் தொடங்கியிருந்தார். எனவே, இனிமேல் பிரச்னை வருவதற்கு வாய்ப்பில்லை.

ஃபெலுடாவுக்காக நான் அமைதியாக பிரார்த்தனை செய்தேன். 'கடவுளே! போலீஸ் இந்த வழக்கில் வெற்றிபெறக்கூடாது. அந்த மோதிரத்தைக் கண்டுபிடிப்பது என் ஃபெலுடாவாக இருக்கவேண்டும். இதற்கான முழு பெருமையும் அவருக்கே கிடைக்க வேண்டுமே தவிர, போலீஸுக்கு அல்ல.'

'வேறு சில இடங்களுக்கு உன்னை அழைத்துச் செல்லலாம் என்று நினைக்கிறேன்' என்றார் அப்பா.

மதிய உணவுக்குப் பிறகு வெளியே செல்வது என நாங்கள் முடிவு செய்திருந்தோம். எங்கே போவது என்று ஒரு முடிவெடுப்பதற்கு முன்பாகவே, வனபிகாரி பாபு வீட்டுக்கு வந்தார். அவர்தான் அந்த விஷயத்தை ஒரு முடிவுக்குக் கொண்டு வந்தார்.

'பட்டப் பகலில் நடந்த கொள்ளை பற்றி கேள்விப்பட்டுதான் நான் இங்கு வந்தேன்' என்றார் அவர். 'திரு பாபு! உங்களிடம் மட்டும் ஒரு வேட்டை நாய் இருந்திருந்தால் இந்தச் சம்பவமே

நடந்திருக்காது. நன்கு பயிற்சி பெற்ற ஒரு வேட்டை நாயால், அந்த சாதுவின் நோக்கம் என்ன என்பதை உணர்வதற்கு ஐந்து நொடிகள்தான் ஆகியிருக்கும். ஆனால் என்ன, இப்பொழுது இந்த ஆலோசனை கூறுவதால் என்ன பயன்? நடந்தது நடந்து விட்டது. கவலைப்படாதீர்கள், இதை எடுத்துக் கொள்ளுங்கள்!' என்று கூறிக்கொண்டே, அவர் கொண்டு வந்த சிறிய பொட்டலத்தை பிரித்துக் காண்பித்தார். 'லக்னோவிலேயே மிகச் சிறந்த பீடா இது. இதை விட நல்ல தரம் வாய்ந்த பீடாவை பனாரஸில் மட்டும்தான் உங்களால் வாங்க முடியும்.'

எனக்குக் கொஞ்சம் இம்சையாகத்தான் இருந்தது. வனபிகாரி பாபு நீண்ட நேரம் இங்கு உட்கார்ந்து விட்டால், அன்று மதியத்துக்காக நாங்கள் போட்டிருந்த திட்டங்கள் எல்லாம் வீணாகிவிடும். ஆனால், அந்தச் சமயத்தில்தான் அவர் கேட்டார்: 'நீங்கள் வெளியே போகப் போகிறீர்களா, இல்லை, வீட்டிலேயே இருக்கப் போகிறீர்களா?'

'இவர்கள் இமாம்பாராவைத் தவிர வேறெதையும் பார்க்க வில்லை. அதனால்தான், அவர்களை எங்காவது அழைத்துச் செல்லலாம் என்று நினைத்துக் கொண்டிருந்தேன்' என்றார் அப்பா.

'கவர்னர் மாளிகையைப் பார்த்ததில்லையா நீங்கள்?' என்று வனபிகாரி பாபு என்னைக் கேட்டார். நான் இல்லை என்று தலையை ஆட்டினேன்.

'அப்படியானால் நானே அதை உனக்குக் காட்டுகிறேன். என் மாதிரியான ஒரு வழிகாட்டியை உங்களால் கண்டுபிடிக்க முடியாது. சிப்பாய்க் கலகம் பற்றிய முழுமையான விவரம் எனக்குத் தெரியும்.'

பின்னர் அவர் திரு மாமாவை நோக்கித் திரும்பியவாறு சொன்னார்: 'ஒரே ஒரு விஷயத்தில்தான் நான் மிகுந்த ஆர்வமாக இருக்கிறேன். அந்த மோதிரத்தை எங்கே வைத்திருந்தீர்கள், பணப் பெட்டியிலா?'

'இல்லை; என் வீட்டில் பணப்பெட்டி என்ற பேச்சே இல்லை. அந்தத் திருடன் என்னுடைய கோத்ரெஜ் அலமாரியில் இருந்துதான் எடுத் திருக்கிறான். அந்த அலமாரியின் சாவி, என் பாக்கெட்டில்தான் இருந்தது. அவன் டூப்ளிகேட் சாவியால்தான் திறந்திருக்க வேண்டும்.'

'அந்தப் பெட்டியை விட்டுச் சென்றிருக்க வேண்டும் என்று நினைக்கிறேன்.'

'ஆமாம்.'

'விசித்திரமாக இருக்கிறதே! அந்தப் பெட்டி ஒரு டிராயருக்குள் இருந்ததா?'

'ஆமாம்.'

'டிராயரை நீங்கள் முழுமையாகச் சோதித்து விட்டீர்களா?'

'மூலை முடுக்கெல்லாம் தேடிவிட்டேன்.'

'கைரேகை ஏதாவது இருக்கிறதா என்று நீங்கள் சோதித் திருக்கலாம், இல்லையா? அதாவது அலமாரியின் கைப்பிடி, அந்தச் சிறு பெட்டி... போன்றவற்றில்...'

'அதனால் எந்தப் பலனும் இல்லை. அவை இரண்டிலும் என்னுடைய கைரேகைகளும் நிறைய இருக்கும்.'

வனபிகாரி பாபு வருத்தத்துடன் தலையை அசைத்துக்கொண்டே சொன்னார்: 'பியாரிலால் விசித்திரமானதொரு மனிதர். அந்த மோதிரத்துக்குக் காப்பீடு செய்யக்கூட அவர் முயற்சிக்கவில்லை. அவரிடமிருந்து மோதிரத்தைப் பெற்ற ஆளும் அதே மாதிரியான முட்டாள்தான். இருந்தாலும், இப்பொழுது அவருக்குப் புரிந்திருக்கும் என்று நம்புகிறேன்.'

இந்தமுறை டோங்கா வண்டியை எடுப்பதற்கான வாய்ப்பு எங்களுக்குக் கிடைக்கவில்லை. நாங்கள் அனைவருமே வனபிகாரி பாபுவின் காரில் ஏறி அமர்ந்தோம். நானும் ஃபெலுடாவும் முன்னால் உட்கார்ந்து கொண்டோம்.

க்ளைவ் ரோடு வழியாக நாங்கள் சென்று கொண்டிருந்தபோது, வனபிகாரி பாபு எங்களிடம் கேட்டார்: 'லக்னோவில், இது மாதிரியான ஒரு விசித்திரமான நிகழ்ச்சியில் பங்கெடுப்போம் என்று நீங்கள் எப்பொழுதாவது நினைத்ததுண்டா?'

நான் இல்லையென்று தலையை ஆட்டினேன். ஃபெலுடா தொண்டையைச் செருமிக் கொண்டார்.

அவருக்காக இப்பொழுது அப்பா பேசினார். 'ஃபெலு இங்கிருப்பது குறித்து மிகவும் உற்சாகத்துடன் இருக்கிறான். ஏனென்றால், இதுபோன்ற விஷயங்களில் அவனுக்கு ஆர்வம் உண்டு. அவன் ஓர் அமெச்சூர் துப்பறியும் நிபுணன். நீங்களே பாருங்கள்.'

'உண்மையாகவா?' என்று வனபிகாரி பாபு மிகுந்த ஆச்சரியத் துடனும் மகிழ்ச்சியுடனும் கேட்டார். 'மூளைக்கு வேலை கொடுக்க இது ஒரு சிறந்த முறை. நல்லது ஃபெலு பாபு, நீங்கள் எவ்வளவு தூரம் போயிருக்கிறீர்கள்?'

'நான் இப்பொழுதுதான் ஆரம்பித்திருக்கிறேன்.'

'மர்மம் என நீங்கள் எதைக் குறிப்பிடுவீர்கள் என்று எனக்குத் தெரியாது. ஆனால், பல விஷயங்கள் குறித்து நான் நிச்சயமாக ஆச்சரியப் பட்டிருக்கிறேன்.'

'நீங்கள் என்ன சொல்கிறீர்கள்?' என்று கேட்டார் திரு மாமா.

'அந்த சாதுவிடம் எப்படி டூப்ளிகேட் சாவி கிடைத்தது? மேலும் உங்கள் வீடு ஒன்றும் காலியாக இல்லை. வீட்டில் வேலை யாளும் சமையல்காரரும் இருக்கிறார்கள் என்று தெரிந்து கொண்டே, எப்படி அவனால் உங்கள் படுக்கை அறைக்குச் செல்ல முடிந்தது? எப்படி இருந்தாலும் ஒரு சின்ன விஷயம்தான் என்னை எப்பொழுதும் கவலையில் ஆழ்த்துகிறது.'

'என்ன அது?'

'பியாரிலால் உண்மையிலேயே அந்த மோதிரத்தை டாக்டர் ஸ்ரீவத்சவாவுக்குக் கொடுத்தாரா அல்லது டாக்டர் ஸ்ரீ...?'

'நீங்கள் என்ன சொல்கிறீர்கள் வனபிகாரி பாபு? நிச்சயமாக நீங்கள் ஸ்ரீவத்சவாவை சந்தேகப்படாதீர்கள். பாவம் அவர்!'

'ஏன் கூடாது? இந்த விஷயம் தெளிவாகும் வரையிலும் ஒவ்வொருவருமே சந்தேகத்துக்கு உரியவர்கள்தான். என்னையும் உங்களையும் சேர்த்துதான் சொல்கிறேன். என்ன ஃபெலு பாபு, நான் சொல்வது சரிதானே?'

'நிச்சயமாக! அன்று மாலையில் டாக்டர் ஸ்ரீவத்சவாவும் அந்த சாதுவும் நம் வீட்டுக்கு வந்திருந்தார்கள் என்பதை நாம் மறந்துவிடக் கூடாது.'

'அதையேதான் நானும் சொல்கிறேன்!' வனபிகாரி பாபு மிகுந்த உற்சாகமடைந்தவரைப் போல தோன்றினார்.

அப்பா சிறிது தயக்கத்துடன் ஆரம்பித்தார். 'ஆனால்..., அந்த மோதிரத்தைப் பெறுவதற்கு தவறான வழியை ஸ்ரீவத்சவா பயன் படுத்தி இருந்தால், அதை ஏன் பத்திரமாக வைத்திருக்குமாறு நம்மிடம் கொடுக்க வேண்டும்? ஏன் மீண்டும் அதை அவரே திருடிச் செல்லவேண்டும்?'

வனபிகாரி பாபு இப்பொழுது உரக்கச் சிரித்தார். 'அது மிகவும் சுலபம். அவரது வீட்டுக்குக் கொள்ளையர்கள் வந்தார்கள். பயந்து போன அவர் மோதிரத்தை உங்களிடம் கொடுத்து விட்டார். ஆனால், ஆசை அவரை சும்மா இருக்க விடவில்லை. எனவே, அவர் அதை மீண்டும் திருடிக் கொண்டதன் மூலம் உண்மையான திருடனை முட்டாளாக்கி இருக்கிறார். ஒரே கல்லில் இரண்டு மாங்காய் அடித்திருக்கிறார் என்றுகூட சொல்லலாம்!'

நான் கொஞ்சம் குழம்பத் தொடங்கினேன். ஸ்ரீவத்சவாவைப் போன்ற நல்லதொரு மனிதர் எப்படி திருடனாக இருக்க முடியும்? இதை ஃபெலுடா ஒப்புக் கொள்கிறாரரா என்ன? அல்லது வனபிகாரி பாபு பேசத் தொடங்கியதும் தான் அவரது சந்தேகம் டாக்டர் ஸ்ரீவத்சவா மீது விழுந்ததா?

உண்மையில் அவர் இன்னும் பேச்சை முடிக்கவில்லை. 'ஸ்ரீவத்சவா உண்மையிலேயே நல்ல மனிதர்தான் என்பதை ஒப்புக் கொள்கிறேன். ஆனால், ஒரே ஒரு நிமிடம் யோசித்துப் பாருங்கள். சொந்த வீடு கட்டிக்கொண்டு, விலை உயர்ந்த மரச் சாமான்களையும் அதில் வைத்துக்கொண்டு, மிகவும் வசதியாகவேதான் அவர் வாழ்கிறார். அது சரி! எப்படி அவரால் முடிந்திருக்கும்? நான் சொல்ல வந்தது என்னவென்றால், லக்னோவைப் போன்ற சிறிய ஊரில் எலும்பு சிகிச்சை நிபுணராக எவ்வளவுதான் அவரால் சம்பாதித்திருக்க முடியும்?

திரு மாமா சொன்னார்: 'யாருக்குத் தெரியும்; அவரது அப்பா, அவருக்கு ஏதாவது சொத்து வைத்துச் சென்று இருக்கலாம்?'

'இல்லை. அவர் அப்பா அலகாபாத்தில் தபால் நிலையத்தில் வேலை செய்த சாதாரண கிளார்க் தான்.'

இந்த நேரத்தில் முற்றிலும் தொடர்பே இல்லாத ஒரு கேள்வியை ஃபெலுடா அவரிடம் கேட்டார்: 'நீங்கள் வளர்த்து வரும் மிருகங்கள் உங்களை எப்பொழுதாவது கடித்திருக்கிறதா?'

'இல்லை; எப்பொழுதும் இல்லை.'

'அப்படியானால் உங்கள் வலதுகை மணிக் கட்டில் இருக்கும் தழும்பு?'

'ஓ! உங்களுக்கு உண்மையிலேயே கூர்மையான கண்கள்தான். பொதுவாக அந்தத் தழும்பு சட்டைக்குள் மறைந்துவிடும். அது கத்திச் சண்டை போடும்போது ஏற்பட்ட காயம். எனது எதிரியின் கத்தி எனது மணிக்கட்டை உரசிப் பார்த்துவிட்டது.'

அந்த கவர்னர் மாளிகை உண்மையிலேயே பார்த்து ரசிக்க வேண்டிய ஒரு இடம்தான். அது மிகவும் அழகான இடமும்கூட. எங்கு பார்த்தாலும் மரங்கள். அவற்றுக்கு இடையே பிரிட்டிஷ் காரர்களின் ஒருசில வீடுகள் இடிந்த நிலையில் இருந்தன. அவை அனைத்துமே பத்தொன்பதாம் நூற்றாண்டின் நடுப்பகுதியில் கட்டப்பட்டவை. மரங்களின் மீது ஏராளமான குரங்குகள், கூட்டம் கூட்டமாக அமர்ந்திருந்தன. குரங்குகளுக்கு லக்னோ நகரம் மிகவும் பெயர் பெற்றது என்று நான் கேள்விப்பட்டிருக் கிறேன். இவை என்ன செய்யப் போகின்றன என்பதை நான் இப்பொழுது நெருக்கு நேராகப் பார்த்துவிட முடியும்.

தெருவில் விளையாடும் சிறுவர்கள் ஒரு சிலர் உண்டி வில்லை வைத்துக்கொண்டு அந்தக் குரங்குகளின் மீது கற்களை அடித்துக் கொண்டிருந்தனர். வனபிகாரி பாபு அவர்களிடையே சென்று, பளாரென்று சிலரை அறைந்தார். பின்னர் எங்களிடம் வந்து, 'மிருகங்களை இம்சை செய்வதை என்னால் பார்த்துக் கொண்டிருக்க முடியாது. துரதிருஷ்ட வசமாக நமது நாட்டில் இதுபோன்று நிறைய பேரை பார்க்க முடிகிறது.'

சிப்பாய்க் கலகத்தைப் பற்றி நான் படித்திருக்கிறேன். அந்த மாளிகை வழியாகச் சென்றபோது கடந்தகால நிகழ்ச்சிகள் என் மனக் கண்ணில் படக்காட்சியாக வந்து கொண்டிருந்தன. இதற்கிடையே வனபிகாரி பாபு தனது சொற்பொழிவை தொடங் கியிருந்தார்.

'சிப்பாய்க் கலகத்தின் போது லக்னோவை நவாப் ஆண்டு வந்தார். பிரிட்டிஷ் படைகள் எல்லாம் இந்த மாளிகையில்தான் தங்கியிருந்தன. இப்படைக் குழுவுக்கு ஹென்றி லாரன்ஸ்தான் தளபதி. பிரச்னை வெடித்தபோது லக்னோவில் இருந்த பெரும் பாலான பிரிட்டிஷ் ஆண்களும் பெண்களும் மருத்துவமனைக்குச் சென்று அடைக்கலம் பெற்றனர். சர் ஹென்றி வீரத்துடன் போராடியபோதும் இறுதியில் சிப்பாய்களால் கொல்லப்பட்டார். அதன்பிறகு, பிரிட்டிஷ்காரர்களுக்கு என்ன ஆயிற்று என்பதை இந்தக் கட்டடத்துக்கு ஏற்பட்ட கதியிலிருந்தே உணர்ந்து கொள்ளலாம். சர் காலின் கேம்ப்பெல், உதவிப் படைகளோடு வந்திருக்காவிட்டால் லக்னோவில் இருந்த பிரிட்டிஷ்காரர்கள் எத்தகைய துன்பத்தை அனுபவித்திருக்கக் கூடும் என்பது கடவுளுக்குத்தான் தெரியும்! இதுதான் அவர்களின் பில்லியர்ட்ஸ் ஆடும் அறை. பீரங்கி குண்டுகள் அதை எப்படி நாசமாக்கி இருக்கின்றன என்பதைப் பாருங்கள்!'

அப்பாவும் திரு மாமாவும் கவர்னர் மாளிகையை ஏற்கெனவே பார்த்திருந்ததால் நடக்கச் சென்றிருந்தார்கள். நானும் ஃபெலுடாவும் மட்டுமே உள்ளே இருந்தோம். வனபிகாரி பாபு சொல்வதை முழுவதும் ரசித்துக் கேட்டுக்கொண்டு உடைந்து போன கட்டடங்களை நாங்கள் பார்த்துக் கொண்டிருந்தோம். அவை அனைத்துமே இருநூறு ஆண்டுகளுக்கு முன்னால் கட்டப்பட்டவை. திடீரென்று சுவற்றில் இருந்த ஓர் ஓட்டை வழியாக ஏதோ உள்ளே பறந்து வந்தது. அது ஃபெலுடாவின் காதை உரசிக்கொண்டு சென்று, எதிரில் இருந்த சுவற்றில் மோதி தரையில் தடாலென்று விழுந்தது. சென்று பார்த்தால் ஒரு கல்.

அடுத்த கணம் வனபிகாரி பாபு, ஃபெலுடாவை ஒரு பக்கமாகத் தள்ளிக்கொண்டு போவதைப் பார்த்தேன். மேலும் ஒரு கல் பறந்து வந்து தரையில் விழுந்தது. இவை இரண்டுமே உண்டி வில்லால் அடிக்கப்பட்டவை என்பதில் எவ்வித சந்தேகமும் இல்லை.

வனபிகாரி பாபு, அவரது வயதையும் மீறிய மிகுந்தத் துடிப்புடன் செயல்பட்டார். அவர், சுவற்றில் இருந்த பெரியதோர் இடை வெளி வழியாகக் குதித்து வெளியே இருந்த புல்வெளியில் விழுந்தார். ஃபெலுடாவும் நானும் அவர் பின்னாலேயே வந்து விழுந்தோம். தாடி வைத்திருந்த ஒரு ஆள் ஓடிக் கொண்டிருந் ததைப் பார்த்தோம். அவன் கறுப்பு கோட்டும் சிவப்பு தொப்பியும் அணிந்திருந்தான். ஒரு வார்த்தைகூட பேசாமல், எழுந்து அவனைத் துரத்திக்கொண்டு ஓடினார் ஃபெலுடா. நான் அவரைப் பின்தொடர்ந்து ஓட இருந்தேன். ஆனால், வனபிகாரி பாபு என்னைப் பிடித்து இழுத்து வைத்துக்கொண்டு சொன்னார்: 'தபேஷ்! நீ இன்னமும் பள்ளிக்குச் செல்லும் சிறுவன்தான். இதிலிருந்து நீ விலகி நிற்பதுதான் நல்லது.'

ஓரிரு நிமிடங்களிலேயே ஃபெலுடா திரும்பி வந்தார்.

'அவனைப் பிடித்தீர்களா?' என்று கேட்டார் வனபிகாரி பாபு.

'இல்லை. நான் ரொம்பவும் பின்தங்கி இருந்தேன். அவன் ஒரு கறுப்பு ஸ்டாண்டர்ட் காரில் ஏறி பறந்துவிட்டான்.'

'பொறுக்கி!' என்று வனபிகாரி பாபு முணு முணுத்தார். 'சரி வாருங்கள்! இங்கிருந்து நகர்வதுதான் நல்லது.'

சிறிது நேரத்துக்குப் பிறகு நாங்கள் அப்பாவையும் திரு மாமாவையும் சந்தித்தோம். 'நீ ஏன் மூச்சு வாங்குகிறாய் ஃபெலு' என்று அப்பா கேட்டார்.

'இந்தத் துப்பறியும் வேலையை அவர் விட்டு விடுவதுதான் நல்லது என்று நினைக்கிறேன். ஒரு குண்டன் அவரைப் பின்தொடர்ந்து கொண்டிருக்கிறான்' என்றார் வனபிகாரி பாபு.

எங்கள் கதையைக் கேட்டதும் அப்பாவும் திரு மாமாவும் அதிர்ச்சி அடைந்ததைப் போலத் தோன்றியது. ஆனால், இறுதியில் வனபிகாரி பாபு சிரித்தார். 'ரொம்பவும் கவலைப்படாதீர்கள்! நான் சும்மா வேடிக்கைக்காகத்தான் சொன்னேன். உண்மையில் அந்தக் கற்கள் என்னை நோக்கி வீசப்பட்டவையே தவிர, ஃபெலுடாவை அல்ல. அந்தப் பையன்களை நோக்கி நான் சத்தம் போட்டதை நீங்கள் பார்த்தீர்கள் அல்லவா? அதற்குப் பழிவாங்கத்தான் இப்படி செய்திருக்கிறார்கள்' என்றார். பிறகு அவர், ஃபெலுடாவின் பக்கம் திரும்பி சொன்னார்: 'ஃபெலு பாபு! எப்படியிருந்தாலும் நீங்கள் கவனமாக இருக்கவேண்டும். என்ன இருந்தாலும் உங்களுக்கு வயது குறைவுதான். அதுமட்டுமில்லாமல் இந்த இடத்துக்கும் நீங்கள் புதிது. உங்களுக்குத் தொடர்பில்லாத விஷயத்தில் ஏன் வீணாகத் தலையிடுகிறீர்கள்?' ஃபெலுடா அமைதியாக இருந்தார். நாங்கள் காரை நோக்கி நடக்கத் தொடங்கினோம்.

நான் கிசுகிசுப்பான குரலில் ஃபெலுடாவிடம் கேட்டேன்: 'அவர்கள் உண்மையில் தாக்க நினைத்தது அவரையா, அல்லது உங்களையா?'

'அவர்கள் இலக்கு அவராக இருந்திருந்தால் அமைதியாக இருந்திருப்பார் என்றா நினைக்கிறாய்? வானத்துக்கும் பூமிக்குமாக எகிறிக் குதித்து ஆர்ப்பாட்டம் செய்திருக்க மாட்டாரா என்ன?'

'உங்கள் கருத்து சரிதான்!'

'ஆனால், ஒரு சின்ன பொருளை அந்த ஆள் தவற விட்டிருந்தான். நான் அதைக் கண்டெடுத்தேன்.'

தன் பாக்கெட்டில் இருந்து ஃபெலுடா ஒரு சிறிய பொருளை வெளியே எடுத்தார். அது ஒரு ஒட்டு மீசை. இன்னமும் அந்த மீசையின் மறுபக்கத்தில் பசை ஒட்டியிருந்தது. அதை மீண்டும் பாக்கெட்டில் போட்டுக்கொண்டு சொன்னார்: 'அந்தக் கற்கள் என்னை நோக்கித்தான் வீசப்பட்டன என்று வனபிகாரி பாபுவுக்கு நன்றாகத் தெரியும்.'

'பின்பு, ஏன் அவர் அவ்வாறு சொல்ல வில்லை?'

'ஒருவேளை நாம் கவலைப்பட வேண்டாம் என்று நினைத்திருக்கலாம். அல்லது...'

'அல்லது என்ன?'

ஃபெலுடா இதற்கு பதில் சொல்லவில்லை. அதற்கு மாறாக அவர் தலையைச் சிலுப்பியவாறு சிட்டிகை போட்டுக்கொண்டு சொன்னார்: 'இந்த மர்ம முடிச்சு மேலும், மேலும் சிக்கலாகிக் கொண்டு வருகிறது தொப்ஷே! நீ என்னைத் தொந்தரவு செய்யக் கூடாது!'

அன்று முழுவதும் அவர் என்னுடன் பேசவே இல்லை. வீட்டுக்குத் திரும்பி வந்த பிறகு தோட்டத்தில் அங்குமிங்குமாக நடந்து கொண்டிருந்தார். அல்லது அவரது நீல நிற குறிப்பேட்டில் ஏதோ எழுதிக் கொண்டிருந்தார். அவர் தோட்டத்துக்குப் போயிருந்தபோது, அந்தக் குறிப்பேட்டில் என்ன எழுதியிருக்கிறார் என்று ஒரு நோட்டம் விட்டேன். ஆனால், அதிலிருந்த ஒரு வார்த்தையைக் கூட என்னால் புரிந்துகொள்ள முடியவில்லை. ஏனென்றால், அந்த எழுத்துகள் நான் இதுவரை பார்த்திராத ஒரு மொழியில் எழுதப்பட்டிருந்தன.

ஆறு

ஃபெலுடா டோங்காவில் ஏறி உட்கார்ந்து கொண்டு வண்டியோட்டியிடம் கூறினார்: 'ஹஸ்ரத்கஞ்ச்.'

'எங்கே இருக்கிறது அந்த இடம்?' என்று நான் கேட்டேன்.

'அதுதான் லக்னோவின் ஸௌரங்கி பகுதி. அரண்மனைகள் மட்டுமல்லாமல் இந்த ஊரில் பார்க்க வேண்டியவை நிறைய இருக்கின்றன. இன்று நான் கடைகளை ஒரு நோட்டம் விடலாம் என்றிருக்கிறேன்.'

நேற்று அரண்மனையில் இருந்து திரும்பியபோது காபி குடிப்பதற்காக வனபிகாரி பாபுவின் வீட்டுக்குச் சென்றிருந்தோம். அப்படியே அந்த விலங்குகளையும் மீண்டும் ஒருமுறை பார்த் தோம். காட்டுப்பூனை, ஒலி எழுப்பி நகரும் பாம்பு, சிலந்தி, மர ஓநாய், தேள் ஆகியவைதான் அவை.

வரவேற்பு அறையில் நான் காபி அருந்திக் கொண்டிருந்தபோது, பூட்டப்பட்டிருந்த ஓர் அறையைப் பார்த்துவிட்டு ஃபெலுடா வனபிகாரி பாபுவை கேட்டார்: 'போனமுறை நாங்கள் வந்திருந்த போதுகூட இந்த அறை பூட்டித்தான் இருந்தது. அந்த வழி எங்கே செல்கிறது?'

'ஓ! அதுவா?! அது வெறும் அறைதான். நான் இங்கே வந்தது லிருந்தே பூட்டித்தான் வைத்திருக்கிறேன். அதை சுத்தப்படுத்தும் வேலையைச் செய்யவேண்டாம் என்று விட்டு வைத்திருக்கிறேன்.'

'அப்படியானால் அதன் தாழ்ப்பாள் மிக சமீபத்தில் மாற்றப் பட்டது போல் இருக்கிறதே! அது துரு பிடிக்காமல் இருக்கிறதே!'

வனபிகாரி பாபுவின் புன்னகை மாறவில்லை என்ற போதிலும் அவர் ஃபெலுடாவை முறைத்துப் பார்த்தார்.

'ஆமாம். பழைய தாழ்ப்பாள் ரொம்பவும் துருப்பிடித்து விட்டது. எனவேதான் மாற்ற வேண்டியதாகி விட்டது.'

அப்பா, இப்பொழுது எங்கள் பேச்சின் திசையை மாற்றினார். 'நாங்கள் ஹரித்வார், லக்ஷ்மண்ஜூலா போகலாமென்று நினைக் கிறோம்.'

வனபிகாரி பாபு இப்பொழுது தனது பைப்பை பற்ற வைத்து, குமட்டும் நெடி உடைய புகையை வெளியே விட்டார்.

'நீங்கள் எப்பொழுது போக விரும்புகிறீர்கள்? நாளை மறுநாள் நீங்கள் கிளம்புவதாக இருந்தால் நானும் உங்களோடு வரமுடியும். அந்தப் பன்னிரண்டு அடி நீள மலைப் பாம்பை பற்றி உங்களிடம் சொல்லியிருந்தேன், அல்லவா? அதைப் பார்க்க வேண்டும் என்ற ஆசை இருக்கிறது. மேலும், நமது துப்பறியும் நிபுணரும் மிக வேகமாக வேலை செய்கிறார். எனவே, ஊரை விட்டு கொஞ்ச நாள் வெளியே போய் வருவது நல்லது என்றுதான் நானும் நினைக்கிறேன்.'

'நான் அவ்வளவு சுலபமாக வந்துவிட முடியாது. இருந்தாலும், நீங்கள் மூவரும் போய்வருவதில் எனக்கு எந்த ஆட்சேபணையும் இல்லை. லக்ஷ்மண்ஜூலாவை பார்க்காமல் ஃபெலுவும் தபேஷ்ம் ஊருக்கு திரும்பிப் போகக்கூடாது.'

'நீங்கள் என்னோடு வருவதாக இருந்தால் எனக்குத் தெரிந்த தர்மசாலையில் நீங்கள் தங்குவதற்கு ஏற்பாடு செய்யமுடியும். அதேபோல் ஹரித்வாரில் இருந்து லக்ஷ்மண்ஜூலாவுக்கு உங்களை அழைத்துச் செல்ல ஒரு காரையும் ஏற்பாடு செய்யமுடியும். அங்கே எனக்கு நிறைய பேரை தெரியும். நீங்கள் என்ன செய்ய விரும்புகிறீர்கள் என்று இனி நீங்கள்தான் முடிவெடுக்க வேண்டும்' என்றார் வனபிகாரி பாபு.

நாளை மறுநாள் வெள்ளிக்கிழமை அன்று வனபிகாரி பாபுவுடன் செல்வதென்று நாங்கள் முடிவு செய்தோம். ஓரிரு நாள்களுக்கு முன்புகூட, வனபிகாரி பாபு எங்களுடன் வருவதாக இருந்தால் நான் மிகவும் மகிழ்ச்சி அடைந் திருப்பேன். ஆனால், கவர்னர் மாளிகையில் நடந்த சம்பவமானது என்னை அவரைப் பற்றி சந்தேகம் கொள்ளவைத்தது. ஃபெலுடா அதைப் பற்றி கவலைப்பட்டதாகத் தெரியவில்லை. எனவே, நானும் கவலைப்பட வேண்டியதில்லை என்று எனக்குள் கூறிக்கொண்டேன்.

இன்று காலை ஸ்பெலுடா கூறினார்: 'என்னிடம் ஷேவிங் ப்ளேடு தீர்ந்துவிட்டது. நாம் போய் வாங்கி வருவோம்.' எனவேதான் நாங்கள் டோங்காவில் ஹஸ்ரத்கஞ்ச் நோக்கி சென்று கொண்டிருக்கிறோம். நீங்கள் விரும்புவதெல்லாம் அங்கு கிடைக்கும் என்றுதான் தோன்றியது.

மோதிர விஷயத்தைப் பொறுத்தவரையில் நேற்றிலிருந்தே ஸ்பெலுடா முற்றிலும் மௌனமாகவே இருந்தார். இன்று காலை அவர் குளிக்கப் போயிருந்தபோது, அவரது எழுத்தை மீண்டும் படிக்க நான் முயற்சி செய்தேன். ஆனாலும் இப்பொழுதும் அதில் எதுவும் எனக்கு விளங்கவில்லை. அதில் ஓரிரு எழுத்துகள் ஆங்கிலம் போலத் தென்பட்டது. இருந்தாலும், இதர எழுத்துகள் அனைத்தும் முற்றிலும் வித்தியாசமாகவே இருந்தன.

டோங்காவில் அவர் பக்கத்தில் அமர்ந்திருந்த என்னால் எனது ஆர்வத்தைக் கட்டுப்படுத்த முடியாமல் போனது. நான் என்ன செய்தேன் என்று அவரிடம் கூறினேன். முதலில் அவர் மிகவும் கோபப்பட்டார். 'நீ செய்தது மிகவும் வெட்கக்கேடான விஷயம்' என்று கடுமையாகச் சொன்னார். 'ஏன் உன்னை ஒரு குற்றவாளி என்றுகூடக் கூறிவிடலாம்!'

பின்னர் சற்று சாந்தம் அடைந்தார். மிகவும் பரிவுடன் 'அந்த வார்த்தைகளை உன்னால் எப்பொழுதும் படிக்க முடியாது. ஏனென்றால், அந்த எழுத்து வடிவம் உனக்குத் தெரியாது என்றார்.

'என்ன எழுத்து வடிவம் அது?'

'கிரேக்க மொழி'

'அந்த வார்த்தைகளும் கிரேக்க மொழி தானா?'

'இல்லை. அவை ஆங்கில மொழியில் எழுதப்பட்டது.'

'கிரேக்க மொழியில் எழுத எங்கே கற்றுக் கொண்டீர்கள்?'

'நீண்ட நாள்களுக்கு முன்பு நான் காலேஜில் சேர்ந்த புதிதில்தான். இந்த எழுத்துகளில் சிலவற்றை எனது கணித வகுப்பில் கற்றிருந்தேன். இதர எழுத்துகளை பிரிட்டானியா பேரகராதியில் இருந்து கற்றுக்கொண்டேன். கிரேக்க எழுத்துகளைப் பயன்படுத்தி ஆங்கிலத்தில் எழுதினால் அது ஒரு சங்கேத மொழியாகத் தோன்றும். அதைப் படித்து எவராலும் எதையும் புரிந்துகொள்ள முடியாது.'

'லக்னோ என்ற வார்த்தையை கிரேக்க மொழியில் எப்படி உச்சரிப்பீர்கள்?'

'லம்ப்டா உப்சிலான் கப்பா நூ ஓமிக்ரான் உப்சிலான்' கிரேக்க மொழியில் 'சி என்ற எழுத்தும் 'டபிள்யூ' என்ற எழுத்தும் இல்லை. எனவே, இதற்கான உச்சரிப்பு 'லக்னு' என்றுதான் இருக்கும்.'

'கல்கத்தா என்ற வார்த்தையை எப்படி உச்சரிப்பீர்கள்?'

'கப்பா அல்ஃபா லம்ப்டா கப்பா டாவ் டாவ் அல்ஃபா'

'அடக் கடவுளே! மூன்றே வார்த்தைகளை உச்சரிக்க ஒருமணி நேரம் ஆகும் போல் தெரிகிறதே!'

ஹஸ்ரத்கஞ்ச் ஒன்றும் செளரங்கியைப் போல் இல்லை. ஆனாலும், ஒருசில அழகான கடைகள் கண்ணில் தென்பட்டன. டோங்காவுக்கு பணத்தைக் கொடுத்துவிட்டு நாங்கள் நடக்கத் தொடங்கினோம்.

'அதோ பாருங்கள் ஃபெலுடா! அங்கே ஒரு எழுது பொருள் கடை இருக்கிறது. அங்கே ப்ளேடு இருக்கும்.'

'கொஞ்சம் பொறு. வேறுசில வேலைகளை முடிக்க வேண்டி யிருக்கிறது.'

ஃபெலுடா திடீரென்று ஒரு கடையின் முன்னால் நின்றார். 'மல்கானி அன்ட் கோ புராதன அலங்காரப் பொருள்கள் விற்பனையாளர்கள்' என்று பெரிய எழுத்தில் எழுதியிருந்தது.

அங்கு ஷோ கேஸில் இருந்த பொருள்களைப் பார்த்ததுமே அது பழைய பொருள்களை விற்கும் கடை என்று எனக்குப் புரிந்தது. உள்ளே புராதன நகைகள், தரை விரிப்புகள், கடிகாரங்கள், மரச் சாமான்கள், தொங்கும் விளக்குகள், சட்டமிடப்பட்ட புகைப்படங்கள் என்று பல வகையிலும் பொருள்கள் பிரமிக்க வைத்தன.

நரைத்த முடியுடன் தங்க ஃப்ரேம் கண்ணாடி அணிந்த ஒருவர் எங்களை வரவேற்றார்.

'முகலாயர் காலத்து நகைகள் ஏதும் உங்களிடம் இருக்கிறதா?'

'இல்லை. ஆனால், அந்தக் காலத்து கேடயங்கள், ராணுவ உடைகள் ஆகியவற்றை உங்களுக்குக் காட்டலாம். அது போதுமா?'

ஃபெலுடா சென்ட் வைக்கும் ஒரு டப்பாவை எடுத்து கையால் உருட்டிக்கொண்டே சொன்னார். 'பியாரிலால் வீட்டில் ஒரு சில பழைய நகைகளை நான் பார்த்திருக்கிறேன். அவர் இங்கே அடிக்கடி வருவாரில்லையா?'

அந்த மனிதர் அதிர்ச்சி அடைந்தது போலிருந்தது.

'யார், எந்த பியாரிலாலைப் பற்றி நீங்கள் சொல்கிறீர்கள்?'

'பியாரிலால் சேட். ஒருசில மாதங்களுக்கு முன்புதான் அவர் இறந்து போனார்.'

திரு. மல்கானி தலையை ஆட்டிக்கொண்டே சொன்னார்: 'இல்லை. லக்னோவில் இந்த வகையான கடைகளில் எங்களுடைய கடைதான் மிகப் பெரியது என்றிருந்தாலும், அவர் எப்பொழுதும் எங்களிடம் எதுவும் வாங்கிய தில்லை.'

'அவர் கல்கத்தாவில் வாங்கியிருக்க வேண்டும்.'

'இருக்கலாம்.'

'இங்கே உங்களிடம் அதிகமாக வாங்குபவர்கள் யார்?'

அதிகமாக வாங்கும் வாடிக்கையாளர்கள் நிறைய பேர் இல்லை என்பது திரு. மல்கானியின் முகபாவத்தில் இருந்தே தெரிந்தது.

'வெளிநாட்டிலிருந்து வரும் சுற்றுலா பயணிகள் நல்ல விலைக்கு எங்களிடமிருந்து பொருள்களை வாங்குவார்கள். உள்ளூர்க் காரர்களைப் பொறுத்தவரையில் அவ்வப்போது திரு மேத்தா சில பொருள்களை வாங்குவார். அதேபோல் திரு பெஸ்டோன்ஜியும் எங்களது நீண்ட கால வாடிக்கையாளர். சமீபத்தில்தான் மூவாயிரம் ரூபாய் கொடுத்து அசல் பாரசீக தரைவிரிப்பை அவர் வாங்கினார்.'

ஃபெலுடா திடீரென்று ஓர் ஓடத்தைக் காண்பித்து கேட்டார் 'அது வங்காளத்தில் இருந்து வந்ததுதானே?'

'ஆமாம். முர்ஷிதா பாத்திலிருந்து வந்தது.'

'தொப்ஷே அதை சும்மா பாரேன், அழகாக இல்லை?'

அழகாகத்தான் இருந்தது. தந்தத்தால் செய்யப்பட்டிருந்த அது ஒவ்வோர் அம்சத்திலும் முழுமையானதாக இருந்தது. உல்லாசப் படகின் மேல்தளத்தில் ஒரு நவாப், குடையின் கீழ் அமர்ந்து ஹூக்கா புகைத்துக் கொண்டிருந்தார். நவாப்பின் அமைச்சரவை சகாக்கள் அவருக்குப் பக்கத்திலும் முன்புறத்திலும் அமர்ந்திருந் தனர். இசைக் கலைஞர்களும் நடனக் கலைஞர்களும் நின்று கொண்டிருந்தனர். பதினாறு பேர் படகின் இருபுறமும் அமர்ந்து துடுப்பு போட்டுக் கொண்டிருக்க, ஓர் ஆள் சுக்கான் அருகில் அமர்ந்திருந்தார். மேலும், அரச பயணத்துக்கு அவசியமான காவலாளிகள், தகவல் தெரிவிப்போர் மற்றும் இதர நபர்கள் நின்று கொண்டிருந்தனர். அதிலிருந்து என்னால் எனது கண்களை அகற்றவே முடியவில்லை.

'இதை எங்கிருந்து பெற்றீர்கள்?'

'திரு. சர்க்கார் இதை எனக்கு விற்றார்.'

'எந்த சர்க்கார்?'

'பாதுஷா நகரில் வசிக்கும் திரு. பி.சர்க்கார். அவரும்கூட சில நேரங்களில் என்னிடம் இருந்து ஒரு சில பொருள்களை வாங்கியிருக்கிறார். அவர் நிறைய பொருள்களை சேகரித்து வைத்திருக்கிறார்.'

'அப்படியா! நல்லது. உங்கள் கடை மிகவும் நன்றாக இருக்கிறது. இதைப் பார்த்ததில் மிகுந்த மகிழ்ச்சி அடைகிறேன். நன்றி!'

'இந்த நாள் உங்களுக்கு நல்ல நாளாக அமையட்டும்!'

நாங்கள் கடையை விட்டு வெளியே வந்தோம்.

'அப்படியானால் இத்தகைய கடைகளை வனபிகாரி பாபு சுற்றி வருகிறார் என்றுதான் பொருள். ஆரம்பத்தில் இருந்தே எனக்கு சந்தேகம் இருந்து கொண்டுதான் இருந்தது' என்றார் ஃபெலுடா.

'ஆனால், இதுபோன்ற பொருள்களில் அவருக்கு விருப்பம் எதுவும் இல்லை என்றல்லவா கூறினார்!'

'அப்படி அவருக்கு விருப்பம் இல்லை என்றால், ஒரே பார்வையில், அந்தக் கல் அசல் அல்லது போலி என்று அவரால் எப்படி சொல்ல முடிந்தது?'

மல்கானி அன்ட் கோவுக்கு பக்கத்திலேயே எம்பயர் புக் ஸ்டால் என்ற கடை இருந்தது. ஹரித்வார், லக்ஷ்மண்ஜூலாவை பற்றிய புத்தகம் வாங்க ஃபெலுடா விரும்பினார். நாங்கள் உள்ளே நுழைந்தபோது அங்கே பியாரிலாலின் மகன் மகாவீர் நின்று கொண்டிருப்பதைக் கண்டோம்.

'அவர் கிரிக்கெட் பற்றிய ஒரு புத்தகத்தை வாங்கிக் கொண்டிருப்பதை என்னால் பார்க்க முடிகிறது. ரொம்ப நல்லது' என்று ஃபெலுடா மெதுவாக கிசுகிசுத்தார்.

எங்களுக்கு முதுகை காட்டிக்கொண்டபடி மகாவீர் நின்று கொண்டிருந்தார். கவுன்டருக்கு பின்னே நின்று கொண்டிருந்த வரிடம் சென்று ஃபெலுடா, 'நெவில் கார்டஸ் எழுதிய புத்தகம் ஏதாவது உங்களிடம் இருக்கிறதா?' என்றார்.

மகாவீர் உடனடியாக திரும்பிப் பார்த்தார். கார்டஸ், கிரிக்கெட் பற்றி மிக நல்ல புத்தகங்கள் சிலவற்றை எழுதியிருக்கிறார் என்று எனக்குத் தெரியும்.

'குறிப்பிட்ட புத்தகம் எதையாவது தேடுகிறீர்களா?' என்று கேட்டார் அந்த புத்தகக் கடைக்காரர்.

'ஆமாம். 'செஞ்சுரீஸ்' என்ற நூலைத்தான் தேடிக் கொண்டிருக் கிறேன்.'

'இல்லை; அந்தப் புத்தகம் எங்களிடம் இல்லை என்று நினைக் கிறேன். வேறு ஏதாவது புத்தகத்தைக் காண்பிக்கட்டுமா?'

முகத்தில் புன்சிரிப்புடன் மகாவீர் எங்களை நோக்கி வந்தார். 'உங்களுக்குக் கிரிக்கெட் ரொம்ப பிடிக்குமா?' என்று கேட்டார் அவர்.

'ஆமாம். அப்படியானால் உங்களுக்கும்தான் என்று நினைக் கிறேன்.'

கையில் வைத்திருந்த புத்தகத்தை மகாவீர் ஒரு பார்வை பார்த்தார்.

'ஆமாம். இந்தப் புத்தகத்தை நான் தருவித் திருந்தேன். இது ப்ராட்மனின் சுயசரிதை.'

'ஓ அப்படியா?! நான் இதைப் படித்திருக்கிறேன். மிக அருமையான புத்தகம்!'

'ரஞ்சி, பிராட்மன் இருவரில் யார் சிறந்த பேட்ஸ்மேன் என்று நீங்கள் நினைக்கிறீர்கள்?'

வெகு விரைவிலேயே இருவரும் தீவிரமாக பேசத் தொடங்கி விட்டனர். ஓரிரு நிமிடங்களுக்குப் பிறகு மகாவீர் சொன்னார்: 'குவாலிடி ரெஸ்டாரண்ட் மிக அருகில்தான் இருக்கிறது. நாம் ஏன் உட்கார்ந்துகொண்டு ஒரு கப் தேநீர் அருந்தக்கூடாது?'

ஃபெலுடா ஒப்புக்கொண்டார். நாங்கள் மூவரும் ரெஸ்டாரண்ட்டில் நுழைந்தோம். நான் கோகோ கோலா ஆர்டர் செய்தேன். மற்ற இருவருக்கும் தேநீர்.

'நீங்களே கிரிக்கெட் விளையாடுவீர்களா?' என்று மகாவீர் கேட்டார்.

'முன்பு விளையாடியதுண்டு. இங்கே லக்னோவில்கூட வந்து விளையாடி இருக்கிறேன். நீங்கள்?

'டூன் ஸ்கூலில் முதல் பதினொரு பேரில் நானும் ஒருவன். என் தந்தையும்கூட பள்ளியில் நன்றாக விளையாடுவார்.'

அவரது முகத்தின் மேலாக ஒரு நிழல் படிந்து மறைந்தது. ஃபெலுடா தேநீரை ஊற்றிக் குடிக்க ஆரம்பித்தார்.

'அந்த மோதிரத்தைப் பற்றி நீங்கள் கேள்விப் பட்டிருப்பீர்கள் என்று நினைக்கிறேன்.'

மகாவீர் பதிலளித்தார். 'ஆமாம். நான் டாக்டர் ஸ்ரீவத்சவாவை பார்க்கச் சென்றிருந்தேன். அவர்தான் என்னிடம் கூறினார்.'

'அந்த மோதிரம் உங்கள் தந்தையிடம் இருந்தது என்பதும், டாக்டர் ஸ்ரீவத்சவாவுக்கு அதைத் தருவதற்கு அவர் விரும்பினார் என்றும் உங்களுக்குத் தெரியுமா?'

'என்னை குணப்படுத்தியதற்காக டாக்டர் ஸ்ரீவத்சவாவுக்கு மதிப்புமிக்க ஏதாவதொன்றைக் கொடுக்க விரும்புவதாக, நீண்ட நாள்களுக்கு முன்பே என் தந்தை என்னிடம் கூறியிருந்தார். அவர் இறக்கும் வரை அதைப்பற்றி எனக்கு எதுவும் தெரியாது. டாக்டர் ஸ்ரீவத்சவாதான் எனக்குக் கூறினார்.'

பின்னர் அவர் ஃபெலுடாவை ஏறிட்டுப் பார்த்து கேட்டார்: 'நீங்கள் ஏன் இதில் இவ்வளவு ஆர்வம் காட்டுகிறீர்கள்?'

ஃபெலுடா புன்னகைத்தார். 'வெறும் பொழுதுபோக்குதான். வேறொன்றுமில்லை.'

மகாவீர் தனது தேநீரை எடுத்து அருந்தினார். வேறொன்றும் பேசவில்லை.

'உங்கள் வீட்டில் வேறு யாரெல்லாம் இருக்கிறார்கள்?' ஃபெலுடா மெதுவாகக் கேட்டார்.

'வயதான என் அத்தையும் சில வேலைக்காரர்களும்தான் இருக்கிறார்கள்.'

'அவர்கள் உங்களுடன் நீண்ட நாள்களாக இருக்கிறார்களா?'

'அவர்கள் எல்லோருமே நான் பிறப்பதற்கு முன்பிருந்தே இருக்கிறார்கள். எங்கள் வேலைக் காரர் ப்ரீதம் சிங் முப்பத்தைந்து ஆண்டுகளுக்கு முன்பே, கல்கத்தாவில் என் தந்தை இருந்த போதிலிருந்தே இருந்து வருகிறார்.'

'அந்த மோதிரத்தைப் போலவே உங்கள் தந்தையிடம் வேறு ஏதாவது பொருள்கள் இருந்ததா?'

'எனக்குத் தெரியாது. என் தந்தைக்கு இதில் இருந்த ஆர்வத்தை நான் முற்றிலுமாக மறந்து விட்டிருந்தேன். நான் சிறுவனாக இருந்த பொழுதே அவர் புராதன பொருள்களை சேகரிக்கத் தொடங்கினார். சிறிது நாள்களுக்கு முன்புதான் ஒரு பழைய பெட்டியை நான் திறந்து பார்த்தேன். அந்தக் காலத்தைச் சேர்ந்த வேறுசில பொருள்களும் இருந்தன. ஆனாலும், அந்த மோதிரத்தைப் போல அவை மதிப்பு வாய்ந்தவை அல்ல!'

ஸ்ட்ரா மூலம் நான் கோகோ கோலாவை உறிஞ்சிக் கொண்டிருந்தேன். மகாவீர் சிறிது நேரம் பேச்சை நிறுத்திவிட்டு, பின்னர் தனது குரலைத் தாழ்த்திக்கொண்டு கூறினார்: 'ப்ரீதம் சிங் என்னிடம் விசித்திரமான ஒரு விஷயத்தைக் கூறினார்.'

அவர் பேசுவதைத் தொடரட்டும் என்று ஃபெலுடா அமைதியாகக் காத்திருந்தார். சுற்றுமுற்றும் பார்த்துவிட்டு கொஞ்சம் முன்னே நகர்ந்தார் மகாவீர். இப்பொழுதும் அவர் மெதுவாகத்தான் பேசினார்.

'இரண்டாவது முறை மாரடைப்பு ஏற்படுவதற்கு முன்பு காலையில் என் தந்தை கத்தியதைக் கேட்டதாக அவர் சொன்னார்.'

'ஓ! அப்படியா?!'

'ப்ரீதம் சிங் முதலில் இதுபற்றி அதிகம் கவலைப்படவில்லை. ஏனென்றால், என் தந்தை முதுகு வலியால் அவதிப்படுவதுண்டு. அப்போது நாற்காலியில் இருந்தோ, படுக்கையில் இருந்தோ எழுந்திருக்கும் பொழுதெல்லாம் பெரும்பாலும் அவர் வலியால் கத்துவதுண்டு. இருந்தாலும், யாரும் அவருக்கு உதவி செய்வதை அவர் விரும்புவதில்லை. அன்று காலையிலும்கூட அவரது முதுகுவலிதான் அவரைப் பாதித்திருக்கும் என்று ப்ரீதம் சிங் நினைத்திருக்கிறார். ஆனால், அப்பொழுது என் தந்தை சற்று உரக்கவே கத்தியிருக்கிறார். தான் தவறாக புரிந்து கொண்டதாக ப்ரீதம் சிங் இப்பொழுது கூறுகிறார்.'

'அன்று உங்கள் தந்தையைப் பார்க்க யாராவது வந்திருந்தார்களா? ப்ரீதம் சிங்கால் ஏதாவது நினைவுபடுத்திக் கூறமுடியுமா?'

'நான் அதை ஏற்கெனவே கேட்டுவிட்டேன். அவரால் உறுதியாக எதையும் கூற முடியவில்லை. என் தந்தையை பார்க்க சில நாள்களில் காலையில் யாராவது வருவதுண்டு. குறிப்பாக, அன்று யாராவது வந்தார்களா என்று ப்ரீதம் சிங்கால் இப்பொழுது நினைவுபடுத்திச் சொல்ல முடியவில்லை. இறுதியில் ப்ரீதம் சிங் என் தந்தையின் அறைக்குச் சென்றபொழுது அவர் மிகவும் மோசமான நிலையில் இருந்திருக்கிறார். ஆனால், தனியாகத்தான் இருந்திருக்கிறார். அதன்பிறகு, வழக்கமாக என் தந்தையை கவனிக்கும் டாக்டர் க்ரஹாம் ஒரு மாநாட்டில் கலந்துகொள்ள அலகாபாத்துக்குச் சென்றிருந்ததால், டாக்டர் ஸ்ரீவத்சவாவுக்கு போன் செய்திருக்கிறார்.'

'அப்படியானால் உளவாளியைப் பற்றிய விஷயம் என்ன?'

'உளவாளியா, என்ன உளவாளி?' என்று திடுக்கிட்டுப் போன மகாவீர் கேட்டார்.

'இதை நீங்கள் கேட்கவில்லை என்று தெரிகிறது. உங்கள் தந்தை, டாக்டர் ஸ்ரீவத்சவாவிடம் ஓர் உளவாளியைப் பற்றி பேசத் தொடங்கியிருக்கிறார். எனினும், அவர் பேசி முடிப்பதற்கு முன்பே இறந்துவிட்டார்!

மகாவீர் தலையை ஆட்டினார். 'எனக்குத் தெரியாது. உளவாளி யுடன் என் தந்தைக்கு என்ன தொடர்பு இருந்தது என்று என்னால் கற்பனை செய்துகூட பார்க்க முடியவில்லை.'

நான் எனது குளிர்பானத்தைக் குடித்து முடித்துவிட்டு, ஸ்ட்ராவை மடக்கிக் கொண்டிருந்தபோதுதான் கவனித்தேன். எங்களுக்கு அடுத்த மேஜையில் உட்கார்ந்திருந்த, உயரமும் தடிமனுமான ஒருவர் எங்களை உற்றுப் பார்த்துக் கொண்டிருந்தார். நான் பார்ப்பதை கவனித்ததும் அவர் எழுந்து எங்களை நோக்கி வந்தார்.

'வணக்கம். என்னை நினைவிருக்கிறதா?' என்று ஃபெலுடாவை கேட்டார்.

முதலில் அவரை எனக்கு அடையாளம் தெரியவில்லை. ஆனால், இப்பொழுது எனக்கு ஞாபகம் வந்தது. வனபிகாரி பாபுவின் வீட்டில்தான் அவரை நாங்கள் பார்த்திருக்கிறோம். அவர்தான் அந்த மிருகக் காட்சி சாலையின் பொறுப்பாளராக இருந்தார். இன்று அவரது முகவாயில் ஒரு பஞ்சு ஒட்டி, அதன் இருபக்கமும் ப்ளாஸ்டர் ஒட்டியிருந்தது. ஷேவிங் செய்து கொள்ளும்போது காயம்பட்டிருக்கக் கூடும் என்று நினைத்துக் கொண்டேன்.

'உட்காருங்கள்' என்று ஃபெலுடா அவரை வரவேற்றார். 'இவர்தான் மகாவீர் சேட். இவர் கணேஷ் குஹா' என்று இருவரையும் அறிமுகம் செய்தார்.

அவரது கழுத்தில் ஒரு கீறல் இருப்பதை இப்பொழுது நான் கவனித்தேன். அது பழைய காயமாகக்கூட இருக்கக்கூடும்.

'உங்கள் முகவாயில் என்ன காயம்?'

அடுத்த மேஜையில் இருந்த தனது தேநீர் கோப்பையை எடுத்துக்கொண்டு வந்த கணேஷ் குஹா, எங்களுடன் சேர்ந்து கொண்டார்.

'மீண்டும் ஞாபகப்படுத்தாதீர்கள்!' என்று அவர் கண்களை சிமிட்டினார். 'என் உடம்பு முழுவதுமே நார்நாராகக் கிழிந்து

விடவில்லையே என்றுதான் நான் வியப்படைகிறேன். எனது வேலை பற்றி உங்களுக்குத் தெரியுமல்லவா?'

'ஆமாம். நீங்கள் விரும்பிதான் அந்த வேலையைச் செய்கிறீர்கள் என்றுதான் நான் நினைத்தேன்.'

'வேடிக்கை பேசாதீர்கள். பணத்துக்காகத்தான் நான் அந்த வேலையைச் செய்ய வேண்டி யிருக்கிறது. முன்பு நான் சர்க்கஸ் ஒன்றில், ஒரு புலியின் பாதுகாவலனாக இருந்தேன். பெரும்பாலான நேரம் அந்தப் புலிக்கு மயக்க மருந்து கொடுக்கப்பட்டிருக்கும். வனபிகாரி பாபுவின் மிருகக் காட்சி சாலையில் உள்ள மிருகங்களைக் கையாளுவதுடன் ஒப்பிட்டால் அந்தப் புலி ஒரு குழந்தைக்கு சமம் என்றுதான் கூறுவேன்! அன்று ஒருநாள் காட்டுப்பூனை பிறாண்டி விட்டது. இப்பொழுது மர ஓநாய் என் முகவாயில் அடித்துவிட்டது. இனிமேலும் என்னால் இவற்றைப் பொறுத்துக்கொள்ள முடியாது. எனவேதான் இன்று காலை திரு. சர்க்காரிடம் நான் முடிவு எடுத்துவிட்டதாகக் கூறிவிட்டேன். மீண்டும் அந்த சர்க்கஸுக்கே போக விரும்புகிறேன். நான் போகலாம் என்று அவரும் ஒப்புக்கொண்டார்!'

'என்னது?' என்று ஃபெலுடா ஆச்சரியத்துடன் கேட்டார். 'உங்கள் வேலையை விட்டுவிட்டீர்களா? நேற்றுகூட உங்கள் மிருகக் காட்சி சாலைக்கு வந்திருந்தோமே!'

'ஆமாம். எனக்குத் தெரியும். வேறு பலரும் அந்த மிருகக்காட்சி சாலையைப் பார்க்க விரும்புகிறார்கள் என்று எனக்குத் தெரியும். இருந்தாலும், நான் போகத்தான் போகிறேன்! இங்கிருந்து நான் நேராக ஸ்டேஷனுக்குச் சென்று ஹவுராவுக்கு டிக்கெட் வாங்கப் போகிறேன். விரைவிலேயே இவை அனைத்திலிருந்தும் விலகி என் வீட்டில் இருப்பேன்.'

பின்னர் அவர் சற்றே குனிந்து ஃபெலுடாவின் காதுகளில் முணுமுணுத்தார். 'அந்த மனிதர் ஒன்றும் பார்வைக்குத் தோன்றுவது போல் நேர்மையான மனிதரல்ல!'

'வனபிகாரி பாபுவையா நீங்கள் சொல்கிறீர்கள்?'

'கையில் ஏதாவது கிடைக்கும் வரையில் அவர் நன்றாகத்தான் இருக்கிறார். அதன் பின்போ அவர் தன்னையே மறந்து விடுகிறார்.'

'என்ன விஷயம்?'

'இல்லை. நான் ஏற்கெனவே நிறைய பேசிவிட்டேன்!'

கணேஷ் குஹா அடுத்த மேஜையில் சில நாணயங்களை வைத்துவிட்டு மறைந்து போனார்.

இப்பொழுது ஃபெலுடா மகாவீரை பார்த்துத் திரும்பி கேட்டார்: 'நீங்கள் எப்பொழுதாவது வனபிகாரி பாபுவின் மிருகக் காட்சி சாலையை பார்த்திருக்கிறீர்களா?'

'இல்லை. அதைப் பார்க்க எனக்கு விருப்பம் இருக்கத்தான் செய்கிறது. ஆனால், என் தந்தை அதைக் கடுமையாக எதிர்த்தார். அந்த மிருகக் காட்சி சாலையில் இருக்கும் பலவகை மிருகங ்களைப் பற்றி அறிந்து அவர் அதை வெறுத்தார். உண்மையில் சொல்லப்போனால் ஒரு சாதாரண கரப்பான் பூச்சியே அவருக்கு நடுக்கத்தை ஏற்படுத்திவிடும்! ஆனால், இப்பொழுது... சரி, நான் போய் பார்க்கலாம் என்று நினைக் கிறேன்.'

மகாவீர் அங்கிருந்த சர்வரை விரலசைத்து அழைத்தார். ஏற்கெனவே ஃபெலுடா தான் கொடுப்பதாகச் சொல்லியும் மகாவீர் அதற்கு ஒப்புக்கொள்ளவில்லை. ஒரு சினிமா நடிகர் நிறையவே சம்பாதிப்பார். எனவே ஒரு டீ, ஒரு குளிர்பானத்துக்கு செலவு செய்வதால் அவருக்கு ஒன்றும் ஆகிவிடாது என்று நான் எனக்குள் நினைத்துக் கொண்டேன்.

பில்லுக்கான பணத்தைக் கொடுத்துவிட்டு அவர் ஒரு சிகரெட் பாக்கெட் எடுத்து ஃபெலுடாவிடம் நீட்டினார். அது சார்மினார் சிகரெட் என்பதை நான் கவனித்தேன்.

'நீங்கள் எவ்வளவு நாள் இங்கு இருப்பீர்கள்?'

'ஹரித்வாரில் ஒருசில நாள்கள் தங்கும் வகையில் நாளைக்குச் செல்கிறோம். அதன்பிறகு அடுத்த மாதம் வரையில் இங்குதான் இருப்போம்.'

'நீங்கள் எல்லோருமே ஹரித்வாருக்குச் செல்கிறீர்களா?'

'இல்லை. திரு மாமாவால் வெளியே வரமுடியாது. எனவே, நாங்கள் மூன்று பேர்தான் போகிறோம். ஒருவேளை வனபிகாரி பாபு வந்தாலும் வரக்கூடும். அவர் லக்ஷ்மண்ஜூலாவில் ஒரு மலைப்பாம்பை காண வருகிறார்.'

நாங்கள் ரெஸ்டாரண்டை விட்டு வெளியே வந்தோம்.

'என்னிடம் கார் இருக்கிறது. வேண்டுமானால் உங்களை வீட்டில் விட்டு விடுகிறேன்' என்று மகாவீர் அழைத்தார்.

'இல்லை. நன்றி. கல்கத்தாவில் எப்பொழுது வேண்டுமானாலும் நாங்கள் காரில் பயணம் செய்யலாம். டோங்காவில் சவாரி

செய்வதென்பது புதியதொரு அனுபவம். ரசிக்கத்தக்க ஒன்றும் கூட' என்றார் ஃபெலுடா.

மகாவீர் ஃபெலுடாவின் கையை பிடித்து குலுக்கிக்கொண்டே சொன்னார்: 'உங்களை சந்தித்ததில் எனக்கு மிக்க மகிழ்ச்சி. உங்களிடம் ஒரே ஒரு விஷயத்தை மட்டும் சொல்லிவிடுகிறேன். என் தந்தை இயற்கையாக மரணம் அடைய வில்லை என்பதற்கான ஆதாரம் ஏதாவது கிடைத்தால், அதற்கு யார் காரணமோ அந்தக் குற்றவாளியை தேடிக் கண்டுபிடித்து, பழிக்குப் பழி வாங்காமல் விடமாட்டேன். நான் வயதில் சிறியவனாக இருக்கலாம். ஆனால், ராணுவ அகாதமியில் நான்கு ஆண்டுகளைக் கழித்திருக்கிறேன். என்னிடம் லைசன்ஸுடன் துப்பாக்கி இருக்கிறது. எனக்கு நன்றாக சுடவும் தெரியும். நல்லது. மீண்டும் பார்ப்போம்!'

அவர் சாலையைக் கடந்து சென்று அவரது ஸ்டாண்டர்ட் காரில் ஏறிச் சென்றுவிட்டார்.

'துணிச்சல்காரன்தான்!' என்ற வார்த்தையை மட்டுமே ஃபெலுடா உதிர்த்தார்.

ஆமாம். இந்த விஷயம் மேலும் மேலும் சிக்கலாகிக் கொண்டேதான் போகிறது. புதிருக்குள் புதிராய், குகைக்குள் குகையாய் அது நீண்டுகொண்டே போகிறது.

டோங்காவை தேடி நாங்கள் நடக்கத் தொடங்கினோம். உண்மையில் ஃபெலுடாவுக்கு ப்ளேடு தேவைப்படவில்லை என்பதை நான் இப்பொழுது உணர்ந்தேன்.

ஏழு

ஹரித்வாருக்குச் செல்ல நாங்கள் டூன் எக்ஸ்பிரஸை பிடித்தோம். அது லக்னோவில் மாலையில் புறப்பட்டு மறுநாள் அதிகாலை 4.30 மணிக்கு ஹரித்வாரை அடைந்தது.

நாங்கள் கல்கத்தாவை விட்டு புறப்படுவதற்கு முன்னால், ஹரித்வாருக்கு செல்லக்கூடும் என்று அப்பா கூறியபோது, நான் மிகுந்த மகிழ்ச்சி அடைந்தேன். பூரி மட்டுமே நான் வெளியே சென்ற ஒரே இடம். எனவே, மற்றுமொரு புதிய இடத்தைப் பார்க்கப் போகிறோம் என்பது மிகவும் உற்சாகம் தருவதாக இருந்தது. ஆனால், இப்போதோ திருடுபோன மோதிரத்தை வைத்து இத்தனை விஷயங்கள் நடந்து வரும்போது லக்னோ விட்டுச்செல்ல எனக்கு மனமில்லை.

எனினும், ஃபெலுடா தனது உற்சாகத்தை இழந்துவிடவில்லை. 'ஹரித்வாரில் இருந்து ரிஷிகேஷுக்கும், அங்கிருந்து லக்ஷமண்ஜூ லாவுக்கும் செல்வது எவ்வளவு உற்சாகமிக்கது என்பதை நீயே பார்க்கமுடியும். கங்கை நதி ஒவ்வோர் இடத்திலும் ஒவ்வொரு மாதிரியாக இருக்கும். மேலும், வடக்கே போனால் அது இன்னும் வலுவாகத் தென்படும். லக்ஷமண் ஜூலாவில் அவ்வளவு வேகமாகப் பெருக்கெடுத்து ஓடும்போது அதன் அருகில் நின்று கொண்டு பேசினால் காதில் விழாது.'

'இந்த இடங்கள் எல்லாவற்றுக்கும் நீங்கள் போயிருக்கிறீர்களா?'

'கடந்தமுறை லக்னோ வந்திருந்தபோது இந்த மூன்று இடங்களுக்குமே நான் போனேன்.'

திரு. மாமாவே வண்டியை ஓட்டிக்கொண்டு எங்களை ஸ்டேஷனுக்கு அழைத்து வந்தார். மூட்டை முடிச்சுகளுடன்

எங்கள் பெட்டிக்குள் ஏறிய உடனேயே டாக்டர் ஸ்ரீவத்சவாவும் அங்கே வந்து சேர்ந்தார். எங்களை வழியனுப்ப அவர் வந்ததை நினைத்து மகிழ்ந்தேன். ஆனால் என்ன? அவரது பெட்டியை ஒரு கூலியாள் சுமந்து வந்து கொண்டிருந்தார். நாங்கள் அவரை வெறித்துப் பார்த்தோம். 'உங்களிடம் சொல்லவேண்டாம் என்று திரு பாடுவிடம் நான்தான் கேட்டுக் கொண்டிருந்தேன். உங்களுடன் வர நான் விரும்பினேன் என்று அவருக்குத் தெரியும். உங்களை வியப்பில் ஆழ்த்திவிட்டேன், இல்லையா?' என்று சிரித்தவாறே அவர் கூற, கூலியாள் அவரது பெட்டியைக் கீழே வைத்தான்.

அப்பா மிகவும் மகிழ்ச்சி அடைந்ததைப் போலத் தோன்றியது.

'நல்லது. உங்களால் வேலையை விட்டு வர முடியாது என்று நினைத்தேன். இல்லையென்றால் நானே உங்களைக் கேட்டிருப் பேன்' என்று அப்பா கூறினார்.

மூலையில் இருந்த இடத்தைத் துடைத்துவிட்டு ஸ்ரீவத்சவா அமர்ந்தார். 'உங்களிடம் உண்மையைச் சொல்ல வேண்டுமானால், பியாரிலாலின் பரிசை இழந்தது என்னை மிகவும் பாதித்தது. இருந்தாலும், அதைக் காட்டிக் கொள்ளாமல் இருக்க முயற்சித்தேன். எனவேதான், இங்கிருந்து கொஞ்சம் வெளியே போனால் நன்றாக இருக்கும் என்று நான் நினைத்தேன்.'

அடுத்த ஐந்து நிமிடங்களுக்குள்ளேயே வனபிகாரி பாபு ஏராளமான சாமான்களுடன் வந்து சேர்ந்தார். எங்கள் அனை வருக்கும் புன்னகையுடன் வணக்கம் செலுத்தியவாறே அவர் சொன்னார்: 'கண்ணைக் கவரும் காட்சி ஒன்றை இப்பொழுது நீங்கள் காணப் போகிறீர்கள். இந்த வண்டியில் பவித்ரானந்தா ஸ்வாமியும் பயணம் செய்யப் போகிறார். அவரை வழியனுப்ப அவரது சீடர்கள் வருகிறார்கள். அவர்களது பக்தியைப் பாருங்கள்!'

சிறிது நேரத்தில், தோள்களுக்குக் கீழே முடி தொங்கியபடி, காவி உடை தரித்த பருத்த உருவம் ஒன்று வந்து சேர்ந்தது. அவருக்குப் பின்னால் கைகளில் மாலைகளுடன் அவரது சீடர்கள் டஜன் கணக்கில் வந்து கொண்டிருந்தனர். எங்கள் பெட்டிக்கு அடுத்து இருந்த முதல் வகுப்பு பெட்டியில் அவர் ஏறிக்கொண்டார். அதன் வாயிலுக்கு அருகே சிலர் கூட்டமாக நின்று கொண்டிருந் தனர். அவர்கள் அனைவருமே அவரது சீடர்களைப் போலத்தான் தோன்றியது.

வண்டி புறப்படுவதற்கு இன்னும் ஐந்து நிமிடங்களே இருந்தது. நாங்கள் அனைவரும் பெட்டிக்குள் ஏறிக்கொண்டோம். திரு மாமா மட்டும் பிளாட்பாரத்தில் நின்றுகொண்டு ஜன்னல் வழியாக அப்பாவிடம் பேசிக் கொண்டிருந்தார். அப்போது, காவி உடையில் இருந்த அந்தக் கூட்டத்திலிருந்து ஒருவர் தன்னை விலக்கிக்கொண்டு திரு மாமாவை நோக்கி வேகமாக வந்தார். அவர் தனது இரு கைகளையும் விரித்துக்கொண்டு, முகத்தில் பெரும் சிரிப்புடன் வந்தார்.

'திரு! என்னை நினைவிருக்கிறதா?'

திரு மாமா ஓரிரு நொடிப் பொழுதுகள் திகைத்துப் போய் நின்றார். பின்னர் உற்சாகக் குரலுடன் முன்னே சென்று அந்த மனிதரை கட்டிப்பிடித்துக் கொண்டார்.

'அம்பிகா! உண்மையிலேயே நீதானா? அடக் கடவுளே! ஏன் இந்த மாதிரி உடை உடுத்தி இருக்கிறாய்?'

'ஏன், கடந்த ஏழு வருடங்களாக நான் காவி உடைதான் உடுத்தி வருகிறேன்?'

திரு மாமா எங்களுக்கு அவரை அறிமுகம் செய்து வைத்தார்.

'அம்பிகாவும் நானும் பள்ளியிலேயே ஒன்றாகப் படித்தவர்கள். நாங்கள் பார்த்து குறைந்தது பதினைந்து ஆண்டுகள் ஆகி யிருக்கும்.'

வண்டியின் கார்ட் விசிலடித்தார். சக்கரங்கள் மெதுவாக சுழலத் தொடங்கின. அப்பொழுது அம்பிகா பாபு, தனது நண்பரிடம் கூறியது எங்களுக்குக் கேட்டது. 'அன்றைக்கு நான் உன் வீட்டுக்கு வந்திருந்தேன். நீ அப்போது இல்லை. அரை மணி நேரத்துக்கு மேல் உனக்காகக் காத்திருந்தேன். உன் வேலைக்காரன் உன்னிடம் சொல்லவில்லையா?'

திரு மாமா இதற்கு என்ன பதில் சொன்னார் என்று எங்களுக்குத் தெரியவில்லை. ஏனென்றால், வண்டி வேகமாக நகர ஆரம்பித்திருந்தது.

மிகுந்த வியப்புடன் நான் முதலில் ஃபெலுடாவை பார்த்தேன். பின்னர் அப்பாவை பார்த்தேன். ஃபெலுடாவின் புருவங்கள் சேர்ந்து கொண்டது, அவரும் வியப்படைந்திருக்கிறார் என்பதைக் காட்டியது.

'மிகவும் விசித்திரமாக இருக்கிறதே!' என்றார் அப்பா.

'ஏன் அந்த மனிதர்தான் மோதிரத்தைத் திருடியிருப்பார் என்று நீங்கள் சந்தேகப்பட்டுக் கொண்டிருந்தீர்களா?' என்று வனபிகாரி பாபு கேட்டார்.

'ஆமாம். ஆனால், இப்போது அதை மறந்துவிடத்தான் வேண்டும். அப்படியானால் அந்த மோதிரத்தை யார் எடுத் திருப்பார்கள், அது எங்கே போனது?'

எங்கள் வண்டி பிளாட்பாரத்தை விட்டு வெளியே வந்துவிட் டது. ஸ்டேஷனின் உச்சியில் இருந்த, உயர்ந்த கோபுரங்களில் இருந்த புறாக் கூண்டுகளைப் போன்ற ஓட்டைகளை நான் வெறித்துப் பார்த்தேன். அவை அழகாகத்தான் இருந்தன. ஆனால், அவற்றைப் பார்த்து மகிழும் மனநிலைதான் எனக்கு இல்லை. எனது எண்ணங்கள் அனைத்துமே குழப்பமாக இருந்தன. ஃபெலுடா என்ன நினைத்துக் கொண்டிருக்கிறார்? கொஞ்சம் அவமானப்பட்டது மாதிரி நினைக்கிறாரா என்ன? என்ன இருந்தாலும் அந்த சன்னியாசியைத் தேடி ஸ்டேஷன் வரைக்கும் ஓடியவர் அவர்தானே?

திரு மாமாவுடன் பேசிக் கொண்டிருந்த அந்த மனிதர் உண்மை யிலேயே சன்னியாசி என்றால், கைப்பெட்டியுடன் வந்த அந்த மற்றொரு ஆள் யார்? அன்று மாலை அதே நேரத்தில் திரு மாமாவின் வீட்டுக்கு வெளியே அந்த ஆள் சுற்றிக் கொண்டிருந் தாரா? அப்படியானால், மோதிரத்தைப் பற்றி அவருக்குத் தெரிந்திருந்ததால்தான் அங்கு சுற்றினாரா, அல்லது வேறு ஏதாவது காரணத்துக்காகவா? 'கவனமாக இரு!' என்று எழுதப்பட்ட காகிதத்தை ஃபெலுடாவின் மீது வீசியது யார்?

இதே கேள்விகளை ஃபெலுடாவும் தனக்குள் கேட்டுக் கொண்டிருக்கிறாரா என்ன? நான் மீண்டும் அவரைப் பார்த்தேன். அவர் தனது நீலநிற குறிப்பேட்டில் எழுதப்பட்டிருந்த கிரேக்க எழுத்துகளை ஆழ்ந்து படித்துக்கொண்டு, அவ்வப்போது மேலும் குறிப்புகளை எழுதிக் கொண்டிருந்தார்.

வனபிகாரி பாபு திடீரென்று டாக்டர் ஸ்ரீவத்சவாவின் பக்கம் திரும்பி கேட்டார்: 'டாக்டர்! பியாரிலால் உயிரோடு இருந்ததைக் கடைசியாகப் பார்த்தது நீங்கள்தானா?'

அப்பொழுது, டாக்டர் ஸ்ரீவத்சவா தன் பையிலிருந்து ஆரஞ்சு பழங்களை எடுத்துக் கொண்டிருந்தார்.

ஒவ்வொருவருக்கும் அந்தப் பழங்களை வழங்கிவிட்டு அவர் சொன்னார்: 'ஆமாம். அவர் இறந்தபோது நிச்சயமாக அவர்

படுக்கையருகே நான்தான் இருந்தேன். என்னைப் போலவே அவரது விதவை சகோதரி, அவரது வேலையாள் மற்றும் ஓர் உதவியாளர் ஆகியோரும் அங்கே இருந்தனர்.'

வனபிகாரி பாபு கொஞ்சம் கவலையுடன் முகத்தை வைத்துக் கொண்டு கேட்டார்.

'உம். அவருக்கு நெஞ்சு வலிவந்த பிறகு உங்களுக்குத் தகவல் தெரிவித்தார்களா?'

'ஆமாம்.'

'இதர நோய்களையும் நீங்கள் குணப்படுத்துவீர்களா என்ன?'

'தேவைப்பட்டால் ஓர் எலும்பு நிபுணர் இதய நோயாளியைக் கவனிப்பதில் தவறேதுமில்லை என்றே நினைக்கிறேன். மேலும் அவரைக் கவனித்துக் கொண்டிருந்த டாக்டர் க்ரஹாம் அன்று ஊரில் இல்லை. எனவேதான் என்னை அழைத்தார்கள்.'

'யார் கூப்பிட்டது உங்களை?'

'அவரது வேலையாள்தான்.'

'வேலையாளா?' புருவத்தை உயர்த்தியவாறே வனபிகாரி பாபு கேட்டார்.

'ஆமாம், ப்ரீதம் சிங். அந்தக் குடும்பத்தில் அவர் நீண்ட நாள் களாக இருந்து வருகிறார். பொறுப்பான, நம்பிக்கைக்கு உரிய மனிதர்.'

வனபிகாரி பாபு வாயிலிருந்து பைப்பை எடுத்துவிட்டு, ஆரஞ்சு சுளை ஒன்றை போட்டுக் கொண்டார்.

'முதல்முறை நெஞ்சு வலி வந்தபிறகு பியாரிலால் அந்த மோதிரத்தை உங்களுக்குக் கொடுத்ததாகக் கூறினீர்கள். இரண்டாவது முறை நெஞ்சுவலி வந்தபோது உங்களைக் கூப்பிட்டார்கள். ஆனாலும், அவர் இறந்து விட்டார்.'

'ஆமாம். அதுதான் நடந்தது!'

'அந்த மோதிரத்தை அவர் உங்களுக்குக் கொடுத்தபோது அந்த அறையில் வேறு யாராவது இருந்தார்களா?'

'எப்படி இருக்க முடியும் வனபிகாரி பாபு? விலை உயர்ந்த பொருள்களை யாரும் எல்லோர் முன்பாகவும் கொடுப்பதில்லை. மேலும், பியாரிலால் எப்படிப்பட்ட மனிதர் என்பது உங்களுக்கும் தெரியும். நல்ல காரியத்துக்காக தம்பட்டம் அடித்துக்கொள்ள அவர் விரும்பியதில்லை. ரகசியமாக, எத்தனை நல்ல காரியங்களுக்கு

அவர் உதவியிருக்கிறார் என்று உங்களுக்குத் தெரியுமா? மருத்துவமனைகளுக்கும் சேவை நிலையங்களுக்கும் அவர் நிறைய நன்கொடை கொடுத்திருக்கிறார். ஆனாலும், அவை பத்திரிகைகளில் வெளிவந்ததில்லை. அதை அவர் அனுமதித்திருக்கவும் மாட்டார்.'

'உம்...'

ஸ்ரீவத்சவா அவரை வெறித்துப் பார்த்தார். 'நான் இப்போது சொன்னதில் உங்களுக்கு மாற்றுக் கருத்து ஏதும் இருக்கிறதா?' என்று அவர் கேட்டார்.

'இதோ பாருங்கள். அந்தச் சம்பவத்தின்போது யாராவது ஒருவரை சாட்சியாக நீங்கள் வைத்துக் கொண்டிருந்தால் புத்திசாலித்தனமாக இருந்திருக்கும் என்றுதான் நான் நினைக்கிறேன். அவ்வளவு மதிப்புடைய ஒரு பொருள் கை மாறுகிறது; இருந்தாலும், அதை உறுதிப்படுத்த யாரும் இல்லை என்பது.' என்றார் வனபிகாரி பாடு.

ஸ்ரீவத்சவா அப்பொழுதும் பேச்சுமூச்சின்றி திகைத்தவாறு அவரை பார்த்துக் கொண்டிருந்தார். பின்னர் அவர் உரக்கச் சிரித்தார்.

'அருமையாக இருக்கிறது. இது உண்மையிலேயே ஆளைத் தூக்கி சாப்பிட்டுவிடும் போலிருக்கிறது. நீங்கள் கூற வருவது என்ன வென்றால், அந்த மோதிரத்தை பியாரிலாலிடம் இருந்து திருடி, பின் அதை திரு பாடுவிடம் கொடுத்துவிட்டு, மீண்டும் நானே சென்று அதைத் திருடிக்கொண்டு வந்துவிட்டேன் என்றுதானே சொல்கிறீர்கள்? மிக மிக அற்புதம்!' என்று அவர் வியப்புடன் கூறினார்.

வனபிகாரி பாடுவின் முகபாவம் அப்பொழுதும் மாறவில்லை. மிக அமைதியாக அவர் கூறினார்: 'புத்திசாலித்தனமாகத்தான் நீங்கள் நடந்து கொண்டிருக்கிறீர்கள். அந்த இடத்தில் நான் இருந்தாலும் அதைத்தான் செய்திருப்பேன். அந்தத் திருடர்கள் உங்கள் வீட்டுக்குள் நுழைந்த பிறகு, அதைப் பாதுகாப்பாக வைத்திருப்பதற்காக திரு பாடுவிடம் எடுத்துச் சென்றீர்கள். பிறகு அதை மீண்டும் எடுத்து வந்துவிட்டார்கள், உங்கள் வீட்டுக்கு மீண்டும் திருடர்கள் வரமாட்டார்கள் என்ற நம்பிக்கையில். ஃபெலு பாடு! துப்பறிவதில் நான் ஒன்றும் மோசமில்லைதானே, சொல்லுங்கள்!'

ஃபெலுடா தனது குறிப்பேட்டை மூடி வைத்துவிட்டு, ஆரஞ்சு பழத்தை உரிக்கத் தொடங்கினார்.

அவர் கேட்டார்: 'மகாவீரின் உயிரை காப்பாற்றியது டாக்டர் ஸ்ரீவத்சவாதான் என்பதற்கு ஏராளமான சாட்சிகள் இருக்கிறார்கள் என்பது நிச்சயம், அப்படித்தானே?'

'ஆமாம். இருக்கக்கூடும்' என்று வனபிகாரி பாபு ஒப்புக்கொள்ள வேண்டியிருந்தது.

'அப்படியானால், அந்த மோதிரத்தின் மதிப்பு எவ்வளவாக இருந்தாலும், ஒரு குழந்தையின் உயிரைவிட மதிப்பு மிக்கதல்ல. அந்த மோதிரத்தை டாக்டர் ஸ்ரீவத்சவா திருடியிருந்தால் அவர் குற்றவாளிதான். ஆனால், இப்பொழுதோ அதைத் தேடிக் கொண்டிருப்பவர்கள்தான் உண்மையான குற்றவாளிகள். அதுவும், மிகவும் அபாயகரமான குற்றவாளிகள்.'

'அப்படியா! இப்பொழுதும் அந்த மோதிரம் ஸ்ரீவத்சவாவிடம் இருப்பதாக நீங்கள் நம்பவில்லை, அப்படித்தானே?'

'இல்லை; நான் நம்பவில்லை. அதற்கு முற்றிலும் மாறானது என்பதற்கு என்னிடம் ஆதாரம் உண்டு.'

பெட்டியில் இருந்த அனைவரும் இப்பொழுது அமைதியாகி விட்டனர். நான் ஃபெலுடாவை உற்றுப் பார்த்தேன். வனபிகாரி பாபுதான் அந்த மௌனத்தை உடைத்தபடி பேசினார்.

'என்ன ஆதாரம் என்று நான் கேட்கலாமா?'

'நீங்கள் நிச்சயமாகக் கேட்கலாம். ஆனால், உங்களுக்கு பதில் கிடைக்காது. ஏனென்றால், அதைப் பற்றி விவாதிப்பதற்குத் தக்க தருணம் இன்னும் வரவில்லை.'

இவ்வளவு உறுதியாகவும் கம்பீரத்துடனும் அவர் பேசி நான் கேட்டதே இல்லை. ஒருவித கேலியுடன் வனபிகாரி பாபு மீண்டும் பேசினார். 'அதைப் பார்ப்பதற்கு நான் உயிரோடு இருப்பேன் என்று நம்புகிறேன்.'

'அதற்கு நீண்ட நாள் ஆகாது. 'உளவாளியைப் பற்றிய விஷயம் ஒன்று மட்டும்தான் தெளிவாக வேண்டும்' என்றார் ஃபெலுடா.

'உளவாளியா! உளவாளி?!' என்று வியப்புடன் கேட்டார் வனபிகாரி பாபு.

இந்தமுறை டாக்டர் ஸ்ரீவத்சவா பேசினார். 'ஃபெலு பாபு, பியாரிலாலின் கடைசி வார்த்தைகளை குறிப்பிடுகிறார் என்று நினைக்கிறேன். அவர் உயிர் விடுவதற்கு சற்று முன்னால் 'உளவாளி என்ற வார்த்தையைத்தான் கூறினார். உண்மையில் அவர் அந்த வார்த்தையை இரண்டு முறை கூறினார்.'

வனபிகாரி பாபுவின் முகம் மேலும் சுருங்கியது.

'விசித்திரமாக இருக்கிறதே! லக்னோவில் உளவாளியா? பின்னர் பைப்பை கையில் வைத்துக்கொண்டு, தரையை வெறித்துப் பார்த்த

வாறே முணுமுணுத்தார். 'ஆமாம். இருக்கலாம். அதைத்தான் நான் சந்தேகிக்கிறேன்.'

'என்ன?'

'ஒன்றுமில்லை. கவலைப்படாதீர்கள். நான் நினைத்தது தவறாகக்கூட இருக்கலாம்.'

அதைப்பற்றி பேச அவர் விரும்பவில்லை என்பது தெளிவாகத் தெரிந்தது. எப்படி இருந்தாலும் எங்கள் வண்டி, ஹர்தோய் ஸ்டேஷனை அடைந்திருந்தது. எங்களது பேச்சும் கொஞ்சம் நின்றது.

'ஒரு டீ சாப்பிடுவது நன்றாக இருக்கும்' என்று கூறிக்கொண்டே ஃபெலுடா வண்டியிலிருந்து இறங்கி பிளாட்பாரத்தில் நின்றார். வண்டி ஸ்டேஷனில் நிற்கும் போதும் உள்ளே உட்கார்ந்திருப்பதில் பயனில்லை என்று நினைத்து நானும் அவரோடு சேர்ந்து கொண்டேன்.

நான் வண்டியிலிருந்து இறங்கும்போது காவி உடை தரித்த ஒருவர் எங்கிருந்தோ வந்து உள்ளே நுழைந்தார்.

'இது ரிசர்வ் செய்யப்பட்ட இடம். இங்கு இடம் இல்லை' என்று வனபிகாரி பாபு உடனடியாகக் கூறினார்.

'தயவு செய்யுங்கள். டெரேலி வரை பயணம் செய்வதற்கு என்னை அனுமதியுங்கள். அதன்பிறகு நான் வேறு எங்காவது போய்விடுகிறேன். இரவு நேரத்தில் உங்களைத் தொந்தரவு செய்யமாட்டேன்' என்றார் அந்த சன்னியாசி.

தயக்கத்துடன் வனபிகாரி பாபு, அவர் அமர்வதற்கு சிறிது இடம் ஒதுக்கிக் கொடுத்தார்.

'இந்த சன்னியாசிகளே என்னைப் பைத்தியம் பிடிக்க வைக்கிறார்கள்' என்று கூறிக்கொண்டே ஃபெலுடா டீ விற்பவனை அழைத்தார்.

அவன் ஓடிவந்து 'டீ வேண்டுமா?' என்று கேட்டான்.

'நான் ஏன் வேண்டாம் என்று சொல்லப் போகிறேன்?' என்ற ஃபெலுடா மற்றவர்களைக் கேட்டார். அனைவருமே வேண்டாம் என்று மறுத்துவிட்டனர்.

என்னிடம் சூடாக, ஆவி பறக்க தேநீர் ஊற்றப்பட்ட மண் குப்பி கொடுக்கப்பட்டது. சூடு அதிகமாக இருந்ததால் அதை இரண்டு கைகளிலும் மாற்றி மாற்றி வைத்துக்கொண்டு, டீ ஆறும் வரை பொறுத்திருந்தேன். 'டாக்டர் ஸ்ரீவத்சவா மட்டும் குற்றவாளி

என்று முடிவானால் எனக்கு மிகவும் வருத்தமாகிவிடும்' என்றேன்.

'ஏன்?' என்று ஃபெலுடா சூடான டீயை குடித்துக்கொண்டே கேட்டார்.

'ஏனென்றால், நான் அவரை விரும்புகிறேன். அவர் மிக நல்ல மனிதரைப் போலத்தான் தோன்றுகிறார்.'

'நீ சரியான முட்டாள். மர்மக் கதைகளை நீ படித்ததே இல்லையா? மிகக் குறைவான சந்தேகத்துக்கு உரியவர்கள் என்று தோன்றுபவர்கள்தான் இறுதியில் குற்றவாளிகள் என்று அவை முடியும்,'

'ஆனால், இது ஒன்றும் கதை அல்ல.'

'அதனால் என்ன, உண்மையில் நடப்பதைப் பார்த்துதானே எழுத்தாளர்கள் கதைகளை எழுதுகிறார்கள்?'

இது எனக்கு மிகவும் எரிச்சலை ஏற்படுத்தியது.

'அப்படியானால், அந்த மோதிரத்துடன் டாக்டர் ஸ்ரீவத்சவா நமது வீட்டுக்குள் இருந்தபோது, சார்மினார் சிகரெட்டை புகைத்துக்கொண்டு நமது வீட்டு வாயிலில் இருந்து நோட்டம் விட்டது யார்?'

'அது திருடனாக இருக்கலாம், அல்லது அவரது கூட்டாளி யாகக்கூட இருக்கலாம்.'

'அதாவது ஸ்ரீவத்சவா மோசமானவர். அதே போலத்தான் அந்தத் திருடர்களும்! அந்த கணேஷ் குஹாவும் வனபிகாரி பாபுவும் சாதாரண மனிதர் அல்ல என்று சொல்லியதால் அனைவருமே மோசமானவர்கள் என்றாகிறது. அப்படித்தானே சொல்கிறீர்கள்?'

ஃபெலுடா மீண்டும் ஒருமுறை டீயை உறிஞ்சினார். அவர் எனக்கு பதில் சொல்வதற்கு முன்பாகவே, பந்தாக சுருட்டிய ஒரு காகிதம் அவர் நெற்றியில் பட்டு, கையில் வைத்திருந்த டீ கோப்பையில் விழுந்தது.

ஃபெலுடா, அதை உடனடியாக எடுத்து மேலோட்டமாகப் பார்த்துவிட்டு, கூட்டத்தின் மீது கண்களை மேயவிட்டார். அதன்பிறகு கார்டின் விசில் சத்தத்தை நாங்கள் கேட்டோம். யார் அந்தக் காகிதத்தை வீசியது என்பதைப் பார்க்க இப்பொழுது நேரமில்லை.

மீண்டும் எங்கள் பெட்டியில் ஏறுவதற்கு முன்பாக, ஃபெலுடா அந்தக் காகிதத்தில் என்ன எழுதியிருக்கிறது என்பதை மீண்டும்

ஒருமுறை படித்தார். பிறகு அதைப் பந்து போல் சுருட்டி, ரயில் பாதையில் வீசுவதற்கு முன்பாக என்னிடமும் காட்டினார்.

'கவனமாக இரு!' என்று அதில் எழுதியிருந்தது. வெற்றிலை சாறின் அதே சிவப்புக் கறையால் அந்த வார்த்தைகள் எழுதப்பட்டிருந்தன.

துறுதுறுப்பான, மர்மமான அந்த மகாராஜாவின் மோதிரம் குறித்த விஷயம் லக்னோவிலேயே தங்கிவிடவில்லை. அதுவும் எங்களோடுதான் பயணம் செய்து கொண்டிருந்தது.

எட்டு

இருட்டத் தொடங்கியது. வண்டிக்குள் விளக்குகள் இப்பொழுது எரியத் தொடங்கியிருந்தன. நாங்கள் பெரேலியை நோக்கி விரைவாகச் சென்று கொண்டிருந்தோம்.

எங்கள் பகுதியில் மொத்தம் ஏழு பேர் இருந்தோம். ஃபெலுடாவுக்கும் எனக்கும் சேர்த்து ஒரு பெர்த் இருந்தது. அப்பாவும் ஸ்ரீவத்சவாவும் மற்றொரு பெர்த்தை எடுத்திருந்தார்கள். மூன்றாவதில் வனபிகாரி பாபுவும் அந்த சன்னியாசியும் உட்கார்ந்திருந்தனர். அப்பா ஸ்ரீவத்சவாவுக்கான பெர்த்தில் வனபிகாரி பாபு ஒரு பெரிய ட்ரங்க் பெட்டியையும், மரத்தாலான பெட்டி ஒன்றையும் வைத்திருந்தார். எனது பெர்த்துக்கு மேலே உள்ள பெர்த்தில் எங்களுக்கு அறிமுகமாகாத ஒருவர் தூங்கிக் கொண்டிருந்தார். அவர் ஒரு போர்வையால் தன்னை முழுவதுமாக மூடிக் கொண்டிருந்தார். அவரது கால் கட்டை விரல்களை மட்டும்தான் என்னால் பார்க்க முடிந்தது. நாங்கள் லக்னோவில் புறப்பட்டதிலிருந்தே அவர் கொஞ்சமும் அசையவில்லை.

நான் சுற்றுமுற்றும் பார்த்தேன். வனபிகாரி பாபு காலை மடக்கியவாறு உட்கார்ந்து பைப் பிடித்துக் கொண்டிருந்தார். ஸ்ரீவத்சவா கீதாஞ்சலியை படித்துக் கொண்டிருந்தார். என் அப்பாவோ தூங்காமல் இருக்க முயற்சி செய்பவரைப் போல தோன்றினார். நேராக நிமிர்ந்து உட்கார முயற்சித்துக் கொண்டே தன் கண்களைத் தேய்த்துவிட்டுக்கொண்டு இருந்தார்.

அந்த சன்னியாசியோ எங்களைப் பற்றி ஆர்வம் காட்டுப வராகவே தெரியவில்லை. ஓர் உருது நாளிதழின் பக்கங்களை அவர் புரட்டிக் கொண்டிருந்தார். ஃபெலுடா வண்டியின்

சக்கரங்கள் போடும் சத்தத்துக்கு ஏற்ப கால்களால் தாளம் போட்டுக்கொண்டே உருது மொழியில் அமைந்த ஒரு பாடலைப் பாடிக் கொண்டிருந்தார்.

'அழகே உருவான லக்னோ நகரை விட்டுப் பிரிகிறேன்! எந்தன் மனநிலை எந்நிலை என்று சொல்லத் தெரிகிலேன்!'

அதன் மீதிப் பாடலை அவர் வெறுமனே ஹம்மிங் செய்தார். அந்த இரண்டு வரிகளைத் தவிர அப்பாடலின் வார்த்தைகள் அவருக்குத் தெரியாது என்பதை என்னால் எளிதாகக் கூறிவிட முடியும்.

எதிர்பாராத வகையில் வனபிகாரி பாபு பேசினார். 'வாஹித் அலி ஷாவின் இந்தப் பாடல் உங்களுக்கு எப்படி தெரியும்?'

'எனது மாமா ஒருவர் இந்தப் பாடலைப் பாடுவதுண்டு. அவர் திறமையான தும்ரி வகைப் பாடகர்.'

வனபிகாரி பாபு ஆழமாக மூச்சை இழுத்தவாறே வெளியே தெரிந்த செவ்வானத்தைப் பார்த்துவிட்டுச் சொன்னார்: 'நவாப் வாஹித் அலி ஷா பிரமிக்கத்தக்கதொரு மனிதர். அவர் பாடகர் மட்டுமல்ல; பாடல் ஆசிரியரும் கூட. இந்தியாவின் முதல் கவிதை நாடகத்தை, மேற்கத்திய பாணி கவிதை நாடகங்களைப் போலவே அவர் எழுதினார். ஆனால், அவர் போர் வீரர் அல்ல. எனவே, பிரிட்டிஷ்காரர்கள் லக்னோவை கைப்பற்றிக் கொண்டார்கள். நவாப் வங்காளத்துக்குச் சென்றுவிட்டார். இப்பொழுது, கல்கத்தாவில் முஸ்லிம் டெய்லர்கள் அதிகமாக வசித்து வரும் மெட்டியா பிரஸ் என்ற இடத்தில்தான் அவரது கடைசி நாட்கள் கழிந்தன. இதில் மிகவும் வியக்கத்தக்க விஷயம் என்னவென்றால், மிகவும் பணக்காரர் என்று புகழ்பெற்ற ராஜேன் மல்லிக்குடன் சேர்ந்து, கல்கத்தாவில் முதல் மிருகக் காட்சி சாலைக்கு அவர்தான் திட்டமிட்டார்.'

அவர் காலை கீழே இறக்கி, அவரது பெட்டியைத் திறந்து அதிலிருந்து ஒரு டேப் ரிக்கார்டரை வெளியே எடுத்தார்.

'எனக்கு மிகவும் பிடித்தமான இசையைப் போடுவதற்கு என்னை அனுமதியுங்கள்!' என்றார் அவர். அதன் மேற்பகுதியைத் திறந்து ஒரு பட்டனை அழுத்தினார். உள்ளே ரிக்கார்டர் சுழலுவது போல் சத்தம் கேட்டது.

'இந்த இசையை நீங்கள் உண்மையிலேயே அனுபவிக்க வேண்டுமானால் ஜன்னலுக்கு வெளியே பாருங்கள்' என்று அவர் சொன்னார். மாலை மருங்கி இருள் கவிந்து கொண்டிருந்த அந்த

நேரத்தில் எங்கள் ஜன்னலைத் தாண்டி ஒரு காடு மிக வேகமாக ஓடிக் கொண்டிருந்தது. அதன் உள்ளேயிருந்து ஒரு காட்டுப் பூனையின் கொடூரமான சத்தல் கேட்டது. அல்லது அதுபோல தோன்றியது என்றுகூடக் கூறலாம்.

'நான் சத்தத்தைக் குறைவாக வைத்திருக்கிறேன். அப்படி இருந்தால் தூரத்திலிருந்து அந்தச் சத்தம் வருவது போலத் தோன்றும்' என்றார் வனபிகாரி பாபு.

இந்தக் காட்டுப் பூனையைத் தொடர்ந்து மர ஓநாயின் ஊளைச் சத்தம் கேட்டது. கேட்கவே அற்புதமாக இருந்தது. எங்கள் வண்டி ஒரு காட்டின் வழியாகச் சென்று கொண்டிருந்தது. அந்த மர ஓநாயின் ஊளை ஏதோ வெளியிலிருந்து வருவது போல் மரங்களின் ஊடாக எதிரொலித்தது. அதன்பிறகு, முற்றிலும் வேறுபட்ட சத்தம் கேட்டது.

'கிர் ர்ர்ர்ர் கிட் கிட்! கிர் ர்ர்ர்ர் கிட் கிட்!'

என் இதயம் வேகமாகத் துடிக்கத் தொடங்கியது. அந்த சன்னியாசியும்கூட நிமிர்ந்து உட்கார்ந்து அந்த ஒலியைக் கூர்ந்து கவனிக்கத் தொடங்கினார்.

'கிலுகிலுப்பை பாம்பு!' என்று வனபிகாரி பாபு விளக்கினார். 'இந்தச் சத்தம் ஒருவேளை உங்களை பயமுறுத்தலாம். ஆனால், இதர மிருகங்களுக்கு, தான் அங்கே இருப்பதை அந்தப் பாம்பு தெரிவிக்கிறது. அப்போதுதான் எதுவும் அதனை நசுக்காது.'

'அப்படியானால் சாதாரணமாக அது மனிதர்களைத் தாக்காது என்றா கூறுகிறீர்கள்?' என்று அப்பா கேட்டார்.

'இல்லை; பொதுவாகத் தாக்குவதில்லை. எந்தப் பாம்புமே தாக்காது. ஆனால், அதை நகர முடியாதபடி வழியை அடைத்துக் கொண்டாலோ, வேண்டுமென்றே சீண்டினாலோ நிச்சயமாக அது சீறத் தொடங்கிவிடும். உதாரணமாக, அதை ஓர் அறையில் வைத்துவிட்டு, தற்செயலாக அந்த அறையில் நீங்கள் இருப்பதாக இருந்தால், அது உங்களைத் தாக்குவதற்கான வாய்ப்பு மிக மிக அதிகம். இந்தப் பாம்புகளால் இருட்டிலும்கூட பார்க்க முடியும்.'

அவர் டேப்ரிக்கார்டரை நிறுத்திவிட்டு சொன்னார்: 'துரதிருஷ்டவசமாக எனது மிருகக் காட்சி சாலையில் உள்ள மற்ற மிருகங்களின் ஒலி இங்கே இல்லை. அவற்றில் இரண்டு, அதாவது சிலந்தியும் தேளும் முற்றிலும் மௌனமாக இருப்பவை.

இப்போது எனக்கு அந்த மலைப் பாம்பு மட்டும் கிடைத்தால், அதன் சீறலை நான் பதிவு செய்வேன்.'

'இந்தச் சத்தங்களைக் கேட்கவே பயங்கரமாக இருக்கிறது' என்றார் அப்பா.

'ஆமாம். அப்படித்தான் இருந்திருக்கும். ஆனாலும் பாருங்கள், இந்தச் சத்தங்கள் எனக்கு வித்தியாசமாகத் தெரிகின்றன. நீங்கள் இப்பொழுது கேட்டது இசையைவிட ரம்மியமானதாக என் காதுகளுக்குத் தெரிகிறது. பயணம் செய்யும்போது எனது

மிருகங்களை என்னோடு கூடவே அழைத்துச் செல்ல முடியாது என்பதால், அவற்றின் ஒலிகளை என்னோடு எடுத்துச் செல்கிறேன் என்றுகூட எடுத்துக் கொள்ளலாம்.'

ரயில் பெரேலியில் வந்து நின்றது. எங்கள் இரவு உணவும் வந்து சேர்ந்தது. சன்னியாசியும் இடத்தைவிட்டு எழுந்து சென்று விட்டார்.

தனது தட்டில் இருந்ததை காலி செய்தபிறகு ஃபெலுடா, எனது தட்டிலிருந்து ஒரு கோழிக் காலை மிக லாகவமாக எடுத்துக் கொண்டார்.

'மூளையை நன்றாகக் கசக்கிக் கொள்ளும்போது கோழிக் கறி மூளைக்கு மிகவும் நல்லது' என்று அவர் தனது செயலுக்கு விளக்கம் கூறிக் கொண்டார்.

'ஓ! அப்படியா? என்றால், என் மூளையை நான் பயன் படுத்தாமலா இருக்கிறேன்?'

'இல்லை; உன்னைப் பொறுத்தவரையில் இது எல்லாமே ஒரு விளையாட்டைத் தவிர வேறெதுவும் இல்லை.'

'அப்படியானால் உங்கள் மூளையின் சக்தி அனைத்தையும் பயன்படுத்தி எவ்வளவு தூரம் சென்றிருக்கிறீர்கள்?'

ஃபெலுடா இப்பொழுது குரலைத் தாழ்த்திக் கொண்டார். எனக்கு மட்டுமே கேட்பது போன்ற குரலில் அவர் சொன்னார்: 'பியாரிலால் உளவாளியைப் பற்றி சொன்னது குறித்து எனக்கு ஒரு கருத்து உதித்திருக்கிறது.' அதற்கு மேல் எதுவும் சொல்ல அவர் மறுத்து விட்டார்.

ரயில் பெரேலியை விட்டுக் கிளம்பியது.

'அதிகாலை நான்கு மணிக்கு நாம் எழுந்திருக்க வேண்டும். படுக்கும் நேரம் வந்துவிட்டது என்று நினைக்கிறேன்' என்றார் அப்பா.

வனபிகாரி பாபு விளக்குகளை அணைத்தார்.

'என்னால் தூங்கமுடியாது. இருந்தாலும் கவலைப்படாதீர்கள். நாம் ஹரித்வாரை எட்டுவதற்கு முன்பாகவே உங்களை எழுப்பி விடுகிறேன்.'

எங்கள் பெர்த்தில், பாதி இடத்தில் நான் நீட்டி படுத்துக்கொண்டு, மீதி இடத்தை ஃபெலுடாவுக்கு விட்டுவிட்டேன். ஜன்னல் வழியாக பார்த்தபோது என்னால் நிலவைப் பார்க்க முடிந்தது. அதுவும் எங்களோடு பயணம் செய்வது போலத் தோன்றியது.

ஹரித்வாரில் நாம் என்ன செய்யப் போகிறோம்? ஏதோ ஒரு காரணத்தால் நிலவு என்னை யோசிக்க வைத்தது. ஹரித்வாரில் பார்ப்பதற்கு நிறைய உள்ளது என்று எனக்குத் தெரியும். ஆனாலும், கங்கையையும் கோயில்களையும் பார்த்துவிட்டு வந்தால், எல்லாமே ஒன்று போலத்தான் இருக்கும். ஏதோ நடக்கப் போகிறது. ஆச்சரியமான ஏதோ ஒன்று நடக்க வேண்டுமென நான் விரும்பினேன்.

ரயில் அப்படியொரு சத்தத்தை எழுப்பிக் கொண்டிருந்தது. இந்த சத்தத்தில் எப்படி தூங்கமுடியும்? ஆனாலும், மக்கள் தூங்கிக் கொண்டிருந்தார்கள். இது மிகவும் விசித்திரமாகத்தான் இருக்கிறது. வீட்டில் இதேபோன்று, தொடர்ச்சியாக சத்தம் கேட்டுக்கொண்டு, யாரோ ஒருவர் எனது படுக்கையை ஆட்டிக்கொண்டே இருந்தால், ஒரு நொடி தூக்கம் வருமா எனக்கு? இதைப்பற்றி ஃபெலுடாவிடம் நான் கேட்க வேண்டியிருந்தது.

'குறிப்பிட்டதொரு சத்தம் நீண்ட நாள்களுக்குக் கேட்டுக் கொண்டிருந்தால், காதுகள் அதற்குப் பழக்கமாகிவிடும். எனவே, ஒரு சில காலத்துக்குப் பிறகு, அந்தச் சத்தம் இடையூறாக இருக்காது. அப்படித்தான் வண்டி முன்னும் பின்னுமாக ஆடிக் கொண்டிருப்பதுகூட தூக்கத்துக்கு உதவியாகத்தான் இருக்கும். குழந்தைகளைத் தொட்டிலில் போட்டு ஆட்டித் தூங்க வைப்பதை பார்த்திருக்கிறாய் அல்லவா? உண்மையைச் சொல்ல வேண்டுமானால் அந்தச் சத்தமோ, ஆட்டமோ நின்றுபோனால் நீ தூக்கத்திலிருந்து உடனடியாக எழுந்து விடுவாய். அதனால்தான் பெரும்பாலான நேரங்களில் ஸ்டேஷனில் வண்டி நிற்கும்போது தூக்கத்திலிருந்து எழுந்து விடுகிறார்கள்.'

ஃபெலுடா சொன்னது சரிதான். வெகு விரைவிலேயே தூக்கத்தில் என் கண்கள் செருகின. ஒரு நிமிடத்துக்கு மேல் பெர்த்தில் படுத்துத் தூங்கிக் கொண்டிருந்த அந்த ஆள், கீழே இறங்கி, எங்கள் பெட்டியில் அங்கும் இங்குமாகச் சுற்றுவதாக நான் நினைத்துக் கொண்டேன். பின்பு ஒரு சிரிப்பு சத்தமும் எனக்குக் கேட்டது. அது ஒரு மனிதனின் சிரிப்பாக இருக்கலாம். அல்லது மர ஓநாயின் சிரிப்பு போன்ற ஊளைச் சத்தமாகக்கூட இருக்கலாம். ஆனால், இதைப் பற்றி சிந்திப்பதற்கு எனக்கு நேரமில்லை. ஏனென்றால், நான் பூல்புலையாவில் மாட்டிக்கொண்டு எப்படி வெளியேறுவது என்று விழித்துக் கொண்டிருந்தேன். ஒவ்வொரு முறை ஒரு மூலையை நெருங்கும்போதும் பெரிய

சிலந்தி ஒன்று, வழியை மறித்துக் கொண்டு, அதன் பச்சையாக ஒளிரும் விழிகளால், என்னை உற்றுப் பார்த்துக் கொண்டிருந்தது. பின்னர் மயிர்கள் அடர்ந்த அதன் கால்களில் ஒன்றைத் தூக்கி என் தோளின் மீது போட்டது. அந்த கணத்தில்தான் நான் திடுக்கிட்டு கண்விழித்தேன். ஃபெலுடா என் தோளை பிடித்து உலுக்கிக் கொண்டிருந்தார்.

'தொப்ஷே எழுந்திரு! ஹரித்வார் வந்துவிட்டது!'

ஒன்பது

'பூசாரி வேண்டுமா?'

'பாபு! உங்கள் பெயரை சொல்கிறீர்களா, எங்கிருந்து வருகிறீர்கள்?'

'இந்தப் பக்கமாக வாருங்கள் பாபு. எந்த தர்மசாலையில் தங்கப் போகிறீர்கள்?'

'தகேஷ்வர் பாபா கோயிலுக்குப் போவீர்கள் அல்லவா?'

பிளாட்பாரத்தில் காத்திருந்த இந்த பூசாரி கும்பல் எங்களை இப்படி சூழ்ந்து கொள்வார்கள் என்று நான் நினைக்கவே இல்லை. இந்த பூசாரிகள் மிகப் பெரிய பதிவேடுகள் வைத்திருந்தார்கள். பல நூற்றாண்டுகளாக ஹரித்வாருக்கு வந்திருந்த முன்னோர்களைப் பற்றிய விவரங்கள் அனைத்தும் அதில் இருக்கும். என் கொள்ளுத் தாத்தா சன்னியாசி ஆவதற்காக வீட்டைவிட்டு சென்றுவிட்டார். ஹரித்வாரில் அவர் நீண்டநாள் தங்கியிருந்தாராம். அவரது பெயர், முகவரிகூட ஏதாவது ஒரு பூசாரியின் பதிவேட்டில் இருக்கக் கூடும். ஏன், அவரது கையெழுத்தும் இருக்கலாம். யாரால் சொல்லமுடியும்?

'பூசாரி யாரும் தேவையில்லை. அது மேலும் குழப்பத்தைத்தான் ஏற்படுத்தும். நாம் ஷீடால்தாஸ் நடத்தும் தர்மசாலைக்குப் போகலாம். எனக்கு அந்த இடம் தெரியும். நாம் ஒன்றாகவே இருக்கலாம். உணவும்கூட மோசமாக இருக்காது. எப்படி இருந்தாலும் இங்கு ஓர் இரவுதான் தங்கப் போகிறோம். நாளை நாம் ரிஷி கேஷுக்கும் லக்ஷ்மண்ஜூலாவுக்கும் போகவேண்டும்' என்றார் வனபிகாரி பாபு.

ஒரு கூலியாள் எங்களது பொருள்களை எடுத்துக் கொண்டார். நாங்கள் ஸ்டேஷனை விட்டு வெளியே வந்து மூன்று டோங்காக்களை வாடகைக்கு எடுத்தோம். ஃபெலுடாவும் நானும் ஒரு டோங்காவிலும், அப்பாவும் டாக்டர் ஸ்ரீவத்சவாவும் மற்றொன்றிலும், வனபிகாரி பாபு மூன்றாவதிலும் ஏறிக் கொண்டோம். அப்பொழுது இருட்டியபடி இருந்தது.

'புனிதமான இடம் எப்பொழுதுமே குப்பையாகத்தான் இருக்கும். ஆனால், ஆற்றின் அருகில் நீ போய்விட்டால் மிகவும் ஆனந்தமாக இருக்கும்' என்றார் ஃபெலுடா.

எங்கள் டோங்கா ஹரித்வாரின் சந்து பொந்துகள் வழியாக ஆடிக்கொண்டே சென்றது. இதுவரையில் ஒரு கடைகூட திறக்க வில்லை. போர்வைகளை போர்த்திக்கொண்டு சாலை ஓரத்தில் ஆண்கள் படுக்கைகளில் தூங்கிக் கொண்டிருந்தனர். அங்கு மிங்குமாக மண்ணெண்ணெய் விளக்குகள் மினுக்கிக் கொண்டிருந்தன. வயதான ஒரு சிலர் கைகளில் உலோகத்தினால் ஆன குடுவைகளை எடுத்துக்கொண்டு சென்று கொண்டிருந் தார்கள். அவர்கள் ஆற்றை நோக்கிச் செல்வதாக ஃபெலுடா கூறினார். அங்கே சூரியன் உதிக்கும் வரை இடுப்பளவு நீரில் அவர்கள் நின்றுகொண்டு, புதிய தினத்தை வரவேற்கும் வகையில் மந்திரங்களை கூறிக் கொண்டிருப்பார்கள் என்றும் அவர் கூறினார். நகரின் இதர பகுதிகள் இன்னமும் தூக்கத்தில்தான் ஆழ்ந்திருந்தது.

வனபிகாரி பாபு சென்று கொண்டிருந்த டோங்காதான் எங்களுக்கு வழிகாட்டிக் கொண்டிருந்தது. வெள்ளையான பெரிய தூண்கள் கொண்ட ஒரு வீட்டின் முன்னால் அந்த டோங்கா நின்றது. இதுதான் ஷீடால் தாஸின் தர்மசாலையாக இருக்க வேண்டும்.

நாங்கள் வாயிற்கதவு வழியாகச் சென்றபோது, ஒரு பெரிய முற்றம் இருந்தது. அதன் பக்கங்களில் தாழ்வாரங்கள் இருந்தன. அவற்றின் இருபுறமும் அறைகள் இருந்தன.

தர்மசாலையில் இருந்து ஓர் ஆள் வந்து எங்களது பொருள்களை எடுத்துக் கொண்டார். அவரைப் பின்தொடர்ந்து ஒரு கதவு வழியாக நாங்கள் செல்லவிருந்த போது வாசலில் இன்னுமொரு டோங்கா வந்து நின்றது. பெரேலி வரை எங்களுடன் பயணம் செய்த அந்த சன்னியாசி அதிலிருந்து கீழே இறங்கினார்.

நான் ஃபெலுடாவின் சட்டையை பிடித்து இழுத்தேன்.

'அங்கே பாருங்கள். அதே ஆள்தான், வண்டியில் நம்மோடு வந்தாரே...!'

ஃபெலுடா அவரை ஓரக்கண்ணால் பார்த்து விட்டு கேட்டார்: 'என்ன இந்த மனிதரும் சந்தேகத்துக்கு உரியவர் என்கிறாயா?'

'இரண்டாவது முறையாகப் பார்க்கிறோம்.'

'ஷ்...ஷ். ஒரு வார்த்தை கூட பேசாதே! உள்ளே போகலாம்!'

அப்பா, ஃபெலுடா, நான் ஆகிய மூவருக்கும் ஓர் அறை கொடுக்கப்பட்டது. அதில் மொத்தம் நான்கு படுக்கைகள் இருந்தன. நான்காவது படுக்கையில் இருந்தவர் ஆழ்ந்த உறக்கத்தில் இருந்தார்.

வனபிகாரி பாபுவுக்கும் ஸ்ரீவத்சவாவுக்கும் எங்களுக்கு அடுத்து இருந்த அறை கொடுக்கப் பட்டது. அந்த சன்னியாசியும் அவர்களோடு சேர்ந்துகொண்டார்.

நாங்கள் அனைவரும் குளித்து விட்டு, தேநீருக்காக காத்திருந்த நேரத்தில் வெளிச்சம் வந்து விட்டிருந்தது. பெரும்பாலோர் அதற்குள் விழித்து விட்டிருந்தனர். அந்த இடம் முழுவதுமே மிகுந்த சத்தம் கேட்கத் தொடங்கிவிட்டது. தர்மசாலையில் பலவிதமான மக்கள் தங்கியிருக்கிறார்கள் என்பதை அப் பொழுதுதான் நான் உணர்ந்தேன். வங்காளிகள், மார்வாடிகள், உத்தரப் பிரதேசத்தை சேர்ந்தவர்கள், குஜராத்தியர்கள், மராட்டி யர்கள் என்று எல்லோருமே அந்தச் சத்தத்துக்குப் பங்களிப்பு செய்து கொண்டிருந்தார்கள்.

'வெளியே போகப் போறியா?' என்று அப்பா கேட்டார்.

'ஆமாம். ஆற்றங்கரைக்குப் போகலாம் என்று இருக்கிறோம்' என்று ஃபெலுடா பதில் அளித்தார்.

'நல்லது. நான் வனபிகாரி பாபுவுடன் சென்று நாளை பயணத்துக்கு இரண்டு டாக்ஸிகளை ஏற்பாடு செய்துவிட்டு வருகிறேன். நீங்கள் ஏதாவது மார்க்கெட் அருகே சென்றால், ஓர் எவரெடி டார்ச் வாங்கி வாருங்கள். இது ஒன்றும் லக்னோவை போன்ற இடமல்ல. டார்ச் எப்பொழுதும் உதவியாக இருக்கும்' என்றார்.

நாங்கள் கிளம்பினோம். நாங்கள் போகவிருந்த இடம் மிக அருகில் இருந்ததால் டோங்கா வேண்டியதில்லை என்றும் நடந்துபோவது நல்லது என்றும் கூறினார் ஃபெலுடா.

வெப்ப நிலையில் இருந்த மாற்றத்தை நான் மிக விரைவிலேயே உணரத் தொடங்கினேன். ஹரித்வார் நிச்சயமாக லக்னோவை

விட குளிர்ச்சியாகத்தான் இருந்தது. ஆற்றுக்கு வெகு அருகில் இருந்ததால் பனி மூட்டமாக இருந்ததும் ஒரு காரணமாக இருக்கக்கூடும். 'பனிமூட்டத்தை விட புகைதான் அதிகமாக இருக்கும். பிணங்கள் எரிவதிலிருந்து அந்தப் புகை வெளிப்படுகிறது' என்றார் ஃபெலுடா.

சிறிது நேரத்துக்குப் பிறகு நாங்கள் வழியிலேயே நின்றோம். 'இங்கிருந்து இன்னும் அரை மைல் தூரம் இருக்கும்' என்று கூறினார்கள்.

நாங்கள் ஆற்றங்கரையை அடைவதற்கு முன்பாகவே வித்தியாச மான ஓர் இரைச்சல் தூரத்திலிருந்து எங்களை வரவேற்றது. அந்த இரைச்சல் கூட்டமாக நீராடிக் கொண்டிருந்தவர்களிடம் இருந்து எழுந்தது. மேலும், ஆற்றுக்குப் போகும்வழியில் இரு பக்கங்களிலும் வியாபாரிகளும் பிச்சைக்காரர்களும் வரிசையாக இருந்தனர். அவர்கள் எழுப்பிய சத்தமும் குறைந்ததல்ல.

நாங்கள் அந்தக் கூட்டத்தின் வழியாக, ஆற்றின் முனை வரை செல்லும் படிக்கட்டுகளை நோக்கிச் சென்றோம். என் கண்களுக்குத் தென்பட்ட அந்தக் காட்சியைப் போன்ற ஒன்றை நான் இதுவரையில் கண்டதே இல்லை. ஆற்றங்கரையில் ஏதோ திருவிழா நடப்பது போலத்தான் இருந்தது. படிக்கட்டுகளின் அருகே இருந்த ஒரு கோயிலிலிருந்து மணியோசை கேட்டது. கோயிலுக்கு அருகே ஒரு வைஷ்ணவ பக்தர் அமர்ந்துகொண்டு பஜனை பாடல் ஒன்றை பாடிக் கொண்டிருந்தார். வயது முதிர்ந்த ஆண்களும் பெண்களும் அவரைச் சுற்றி அமர்ந்திருந்தனர். மாடுகள், ஆடுகள், நாய்கள், பூனைகள் என்று கால்நடைகள் மிகுந்த சுதந்திரத்துடன் அங்குமிங்குமாக அலைந்து கொண்டிருந்தன. அவை மனிதர்களுடன் மகிழ்ச்சியோடு இரண்டறக் கலந்துவிட்டது போல் தோன்றியது.

படிக்கட்டுகளில், ஓரளவு அமைதியாக இருந்த ஓரிடத்தைத் தேர்ந்தெடுத்து, ஃபெலுடாவும் நானும் உட்கார்ந்து கொண்டோம். 'புராதன இந்தியாவை ஒரே பார்வையில் காண வேண்டுமென்றால் கீழே தெரியும் காட்சியை நீ பார்த்தால் போதும்' என்றார் ஃபெலுடா.

அந்தச் சூழ்நிலை முழுவதுமே லக்னோவிலிருந்து முற்றிலும் மாறுபட்டதாக இருந்த நிலையில், திருடுபோன மோதிரத்தைப் பற்றி கிட்டத்தட்ட மறந்துவிட்டேன் என்றே கூறவேண்டும். ஃபெலுடாவும் அதே போலத்தான் இருக்கிறாரா அல்லது இன்னமும் அந்த விஷயம் குறித்து சிந்திக்கிறாரா? நான்

ஃபெலுடாவை ஏறிட்டுப் பார்த்தேன். இருந்தாலும், அவரைக் கேட்கும் துணிவு எனக்கில்லை. மிகுந்த திருப்தியான ஓர் உணர்வுடன் அவர் சிகரெட்டை வெளியே எடுத்தார். அதோடு ஒரு தீப்பெட்டியையும் வெளியே எடுத்தார். அப்பா இருக்கும் போது அவரால் சிகரெட் பிடிக்க முடியாது என்பதால், நிச்சயமாக இது அவருக்கு நல்லதொரு வாய்ப்புதான்.

அவர், ஒரு சிகரெட்டை எடுத்து உதட்டில் வைத்துக்கொண்டு, தீப்பெட்டியைத் திறந்தார். 'பளீர்' என ஏதோ வெளிச்சமிட்டது போல் இருந்தது.

திடுக்கிட்டுப் போன நான் கேட்டேன்: 'ஃபெலுடா அது என்ன?' அதற்குள்ளேயே அவர் தீப்பெட்டியை மூடி இருந்தார்.

'என்ன, அது என்றால் என்ன?' என்று கேட்ட அவரும் திடுக் கிட்டது போலத்தான் தோன்றியது.

'அதுதான்... உங்கள் தீப்பெட்டிக்குள் இருந்ததே அந்தப் பொருள்... பளீரென ஒளி வீசியதைப் பார்த்தேன்.'

தன் இரு கைகளையும் வாய்க்கருகே குவித்து, சிகரெட்டைப் பற்ற வைத்துக்கொண்டு, புகையை உள்ளே இழுத்தார். பின்பு, புகையை வெளியே விட்டுவிட்டு சொன்னார்: 'தீக்குச்சிகளில் பாஸ்பரஸ் இருக்கிறது என்று உனக்குத் தெரியாதா? அதுதான் சூரிய ஒளியில் பளீரென்று தெரிந்திருக்கிறது!'

அதற்கு மேல் எதையும் என்னால் கேட்க முடியவில்லை. ஆனாலும், அது நம்பமுடியாத ஒரு கதையாகத்தான் தோன்றியது. சூரிய ஒளியில் தீக்குச்சிகள் ஒன்றும் பளபளக்காது.

இன்னும் கொஞ்ச நேரம் ஆற்றங்கரையில் இருந்துவிட்டு தக்ஷேஷ்வர் கோயிலை காணச் சென்றோம். கோயிலை விட்டு வெளியே வந்து, ஓர் எழுதுபொருள் கடையில் டார்ச் ஒன்றை வாங்கிய போது கிட்டத்தட்ட பத்தரை மணி ஆகியிருந்தது. நாங்கள் என்ன செய்திருந்தாலும் சரி, என்ன பார்த்திருந்தாலும் சரி, அந்தத் தீப்பெட்டி மட்டும் என் மனதை விட்டு அகலவே இல்லை.

எப்படியோ சூரிய ஒளியில் பளபளத்த அந்தப் பொருள், ஒளரங்கசீப்பின் மோதிரம்தான் என்று எனக்கு நிச்சயமாகத் தோன்றியது. அது ஒரு நாணயம் என்று ஃபெலுடா என்னிடம் சொல்லியிருந்தால் கூட, ஒருவேளை நான் அதை நம்பி யிருந்திருப்பேன். ஆனால், தீக்குச்சிகளில் பாஸ்பரஸ் என்ற அவரது

கதை முற்றிலும் முட்டாள்தனமானது. அது எனக்கும் புரிந்திருந்தது.

ஆனால், அது மட்டும் மோதிரமாக இருந்தால்? ஃபெலுடா விடம் அந்த மோதிரம் இருக்கிறது என்று திருடர்களுக்குத் தெரியுமா? அதனால்தான் அவரை அச்சுறுத்தவும் காயப்படுத்தவும் முயற்சி செய்கிறார்களோ? ஏன், எங்களுக்கு மயக்க மருந்து தெளிக்கவும்கூட அவர்கள் முயன்றார்களே!

ஆனால், ஃபெலுடா எதுவும் நடக்காதது போல்தான் நடந்து கொண்டார். அமைதியாக அவர் வாய்க்குள்ளாகவே பாடிக் கொண்டிருந்தார். ஒரு நேரத்தில் பாடுவதை நிறுத்திவிட்டு அவர் சொன்னார்: 'இந்த ராகத்தின் பெயர் பூபாளம். அதிகாலையில்தான் இந்த ராகத்தைப் பாட வேண்டும். அதே ராகத்தில் அமைந்த பாட்டைத்தான் நான் பாடிக் கொண்டிருக்கிறேன்!'

நான் அப்பொழுது அவருக்குச் சொல்ல விரும்பிய பதில் இதுதான்: 'உங்கள் ராகங்களை நீங்களே வைத்துக் கொள்ளுங்கள். எனக்கு அதில் ஒன்றும் விருப்பமில்லை. இன்னும் சொல்லப்போனால் உங்கள் மீது கோபமும் கூடத்தான். ஏன் என்னிடம் பொய் சொன்னீர்கள்?' ஆனாலும், அந்த வார்த்தைகளை என்னால் அவரிடம் சொல்ல முடியவில்லை. அதற்குள் தர்மசாலைக்கும் வந்துவிட்டிருந்தோம். மாலையில் இந்த விஷயம் குறித்து எப்படியும் ஃபெலுடாவை மாட்டிவிடுவது என்று மனத்துக்குள் தீர்மானித்துக் கொண்டேன்.

அப்பா, வனபிகாரி பாபு, டாக்டர் ஸ்ரீவத்சவா ஆகிய மூவரும் வராந்தாவில் உட்கார்ந்துகொண்டு புதிய ஒருவருடன் பேசிக் கொண்டிருந்தனர். மேல் சட்டையும் வேட்டியும் அணிந்திருந்த அவர், பார்ப்பதற்கு ஒரு வங்காளியைப் போலத்தான் இருந்தார்.

நாங்கள் அங்கு வந்து சேர்ந்ததும், 'இரண்டு டாக்ஸிகளை ஏற்பாடு செய்துவிட்டோம்' என்றார் அப்பா. 'நாளை காலை ஆறு மணிக்கு இங்கிருந்து கிளம்புகிறோம். அவர்களை வனபிகாரி பாபுவுக்குத் தெரிந்திருந்தது. எனவே, வாடகை பணத்தில் கொஞ்சம் தள்ளுபடியும் கிடைத்தது.'

அந்த வங்காளி பிலாஷ் பாபு, அலகாபாத் நகரை சேர்ந்தவர். அவர் ஒரு கைரேகை நிபுணர் என்று தெரிந்தது. வனபிகாரி பாபு தன் கையை அவரிடம் நீட்டியவாறே கேட்டார்: 'விலங்குகள் எதனாலாவது எனக்கு முடிவு வர வாய்ப்பு உண்டா?'

கிராம்பு ஒன்றால் வனபிகாரி பாபுவின் கையிலிருந்த ரேகைகளை நெருடிக்கொண்டே வந்த அவர் சொன்னார்: 'ஏன்? அப்படி ஒன்றும் இல்லை. வழக்கமான, இயற்கையான மரணம்தான் நிகழும் என்பது போலத்தான் தெரிகிறது!'

இப்பொழுது அந்த கைரேகை நிபுணரின் கால்களில் என் பார்வை நிலைத்தது. பார்க்கவே வித்தியாசமாக அவை இருந்தன. இரண்டு கால் கட்டை விரல்களுமே, மற்ற விரல்களை விட குறைந்தது அரை இன்ச் நீளம் அதிகமாக இருந்தன. இதே போன்ற கால்களை எங்கேயோ பார்த்திருக்கிறேன். எங்கே இருக்கும்? என்னால் நினைவு படுத்திக் கொள்ள முடியயவில்லை.

வனபிகாரி பாபு ஒரு நெடிய பெருமூச்சு விட்டார். 'மெத்த நன்றி!' என்றார் அவர்.

'ஏன் அப்படி சொல்கிறீர்கள், நீங்கள் வேட்டைக்காரரா என்ன? புலியை வேட்டையாடப் போவீர்களா என்ன?' என்று பிலாஷ் பாபு குழப்பமடைந்தவரைப் போல் கேட்டார்.

'இல்லையில்லை. நிச்சயப்படுத்திக் கொள்ளத்தான் சும்மா கேட்டேன். எனது சகோதரனை ஒருமுறை வெறிநாய் கடித்து விட்டது. அதுவும் திடீரென்று எதிர்பாராத நேரத்தில். பாவம் அவன் இறந்து போனான். அதனால்தான் நான் நினைத்தேன்...' என்று வனபிகாரி பாபு பதிலளித்தார்.

'நீங்கள் இதற்கு முன்பு கல்கத்தாவில் வசித்து வந்தீர்களா?'

'அடக் கடவுளே! அது கூடவா என் கையில் எழுதியிருக்கிறது?'

'ஆமாம். அப்படித்தான் தோன்றுகிறது. அதுபோக... உங்களுக்கு புராதன பொருள்களைச் சேகரிப்பதில் ஆர்வம் உண்டா?'

'புராதன பொருள்களா, நானா? இல்லையில்லை. பியாரிலாலத்தான் அவற்றைச் சேகரித்துக் கொண்டிருந்தார். எனக்கு மிருகங்களைப் பற்றிதான் ஆர்வம் அதிகம்.'

'அப்படியா! அதனால்தான் மிருகங்கள் உங்களைக் கடித்துவிடுமா என்று கேட்டீர்களா? ஆனால்...!'

'ஆனால் என்ன?' வனபிகாரி பாபு மிகுந்த ஆர்வத்துடன் கேட்டார்.

'சமீப காலமாக உங்கள் மனம் சற்று சஞ்சலப்பட்டு வருகிறதா?'

'எவ்வளவு சமீபத்தில்?'

'அதாவது கடந்த முப்பது நாள்களாக என்று வைத்துக் கொள்ளுங்களேன்.'

'இல்லையில்லை; நான் இந்த உலகத்தில் எதைப்பற்றியும் கவலைப்படுவதில்லை. இப்பொழுது என்னுடைய ஒரே கவலை எல்லாம், லக்ஷ்மண்ஜூலாவில் நாளைக்கு அந்த பன்னிரண்டு அடி நீள மலைப்பாம்பு எனக்குக் கிடைக்குமா என்பதுதான்!'

மேலும், சற்றுநேரம் அந்த கைரேகையை பார்க்க பிலாஷ் பாபு விரும்பியது போல்தான் தோன்றியது. ஆனாலும், வனபிகாரி பாபு தன் கையை இழுத்துக்கொண்டு கொட்டாவி விட்டார்.

அவர் சொன்னார்: 'உண்மையைச் சொல்வதென்றால் கைரேகையை நான் நம்புவதில்லை. இவ்வாறு சொல்வதற்காக தயவுசெய்து தவறாக எண்ணிவிடாதீர்கள். நாம் எப்படி ஆகப் போகிறோம் என்பது கையில் உள்ள ரேகையால் தீர்மானிக்கப் படுகிறது என்று நான் கருதவில்லை. நான் நம்புவதெல்லாம் மனிதனின் சொந்த பலத்தையும் வெற்றி பெறுவதில் அவனுக்குள்ள திறமையையும்தான்.'

அவர் இவ்வாறு சொல்லிவிட்டு எழுந்து அவரது அறைக்குச் சென்றுவிட்டார்.

என் பார்வை மீண்டும் ஒருமுறை பிலாஷ் பாபுவின் கால் விரல்களின் மீது நிலைத்தது.

இல்லை; இப்போதுகூட இந்தக் கால்களை எங்கே பார்த்திருக் கிறேன் என்று என்னால் நினைவுகூற முடியவில்லை.

பத்து

பளீரென்று ஒளி எழுப்பிய அந்தத் தீப்பெட்டியைப் பற்றி ஸ்பெலுடாவிடம் பேசுவதற்கு அன்று முழுவதுமே எனக்கு வாய்ப்பு கிடைக்கவில்லை.

மறுநாள் விடியலுக்கு முன்பே நாங்கள் எழுந்திருக்க வேண்டும் என்பதால், சீக்கிரமாகவே நாங்கள் படுக்கப் போகவேண்டும் இருந்தாலும்கூட இரவு உணவை முடித்துக்கொண்டு நாங்கள் படுக்கைக்குப் போகும்போது இரவு பத்து மணிக்கு மேல் ஆகிவிட்டது.

நான் படுக்கையில் விழுந்ததும், எங்கள் அறைக்கும் அடுத்த அறைக்கும் இடையே இருந்த கதவின் வழியாக, சத்தமாக யாரோ குறட்டைவிடும் ஒலி பலமாகக் கேட்டது.

ஸ்பெலுடா சுருக்கமாகக் கூறினார்: 'பிலாஷ் பாபு.'

'உங்களுக்கு எப்படி தெரியும்?'

'ஏன், நேற்றுகூட ரயிலில் அவர் குறட்டை விட்டுக்கொண்டு தானே இருந்தார், நீ கேட்கவில்லையா?'

ரயிலிலா! பிலாஷ் பாபு எங்களுடனா இருந்தார்? ஆமாம். ஒரு புதிருக்கு இப்போது விடை கிடைத்துவிட்டது.

'அந்தப் பெரிய கட்டை விரல்கள்!'

ஸ்பெலுடா மெதுவாக என்னைத் தட்டிக் கொடுத்துக்கொண்டே சொன்னார்: 'நல்ல முயற்சி!'

ஆமாம். அது சரிதான். எங்களுக்கு மேல் பெர்த்தில் படுத்திருந்த மனிதர்தான் பிலாஷ் பாபு. அவர் தலை முதல் கால்வரை போர்வையால் மூடிக் கொண்டிருந்தார். ஆனாலும், அவரது கால் கட்டை விரல்களை நான் பார்த்திருந்தேன்.

அன்று முழுவதும் என்னை பாதித்துக் கொண்டிருந்த கேள்வியை ஃபெலுடாவிடம் கேட்க இதுதான் சரியான நேரம். ஆனாலும், அப்பா தூங்கும் வரை நான் காத்திருக்கத்தான் வேண்டும். அவரது அசைவுகள் இன்னும் அவர் தூங்கவில்லை என்பதைத் தெளிவாக்கியது.

ஊர் முழுவதையும் போலவே, தர்மசாலையும் படிப்படியாக அமைதியாகத் தொடங்கியது. குளிர் காலத்தின் தொடக்கம் என்பதால், எப்படியிருந்தாலும் மக்கள் சீக்கிரமாகவே படுக்கைக்குச் சென்றுவிடுவார்கள். எங்கள் அறை கும்மிருட்டாக இருந்தது. ஆனாலும், முற்றத்தில் இருந்த விளக்கொளி மேலாக வந்து விழுந்து கொண்டிருந்தது. கட்டிலுக்குக் கீழே என்ன சத்தம்? எலி அல்லது சுண்டெலியாகக் கூட இருக்கலாம்.

அப்பா இப்போது தூங்கிவிட்டார். அவரது சீரான, ஆழமான மூச்சு சத்தத்தை இப்பொழுது என்னால் கேட்க முடிந்தது. ஃபெலுடாவின் பக்கம் திரும்பிக் கொண்டு, நான் முணு முணுத்தேன்.

'அது அந்த மோதிரம்தான், இல்லையா?'

ஒருசில நொடிகள் ஃபெலுடா எதுவுமே பேசவில்லை, பின்னர் ஒரு பெருமூச்சை விட்டுவிட்டு, அதே தணிந்த குரலில் பதிலளித்தார். 'நல்லது. நீ ஏற்கெனவே சரியாக ஊகித்திருப்பதால், இதற்கு மேலும் உன்னிடமிருந்து விஷயங்களை மறைப்பதில் எவ்வித பயனும் இல்லை. முதல் நாளிலிருந்தே அந்த மோதிரம் என்னிடம்தான் இருந்தது. திரு மாமா உள்பட நீங்கள் அனைவருமே தூங்கிய பிறகு, ஒரு கோட் ஸ்டாண்டில் அவரது பேண்ட் தொங்கிக் கொண்டிருந்ததைப் பார்த்தேன். அதன் ஒரு பாக்கெட்டில்தான் அந்த அலமாரியின் சாவி இருக்கிறது என்று எனக்குத் தெரியும். அதை எடுத்து அலமாரியைத் திறந்து, மோதிரத்தை வெளியே எடுத்தேன். வேண்டுமென்றேதான் மோதிரம் இருந்த பெட்டியை நான் எடுக்கவில்லை. அப்பொழுதுதான் மோதிரம் மட்டுமே திருடு போனது என்பதில் எந்தவித சந்தேகமும் எழாது.'

'ஆனால், ஏன் அப்படி செய்தீர்கள்?'

'ஏனென்றால் உண்மையான திருடனை அது கோபப்படுத்தும் என்று எனக்குத் தெரியும். அதன்பிறகு அவனைப் பிடிப்பது என் வேலை.'

'அப்படியானால் அந்த சன்னியாசி மோதிரத்தை திருடுவதற் காகவே வந்தாரா என்ன?'

'ஆனால், அது அம்பிகா பாபு அல்ல. வேறொரு போலி சன்னியாசி. கையில் பெட்டி ஒன்றை வைத்திருந்த சன்னியாசி. வரவேற்பறையில் இன்னும் ஒரு சன்னியாசி இருப்பதைப் பார்த்து அவர் மிகுந்த அதிர்ச்சி அடைந்திருக்கக் கூடும். அப்பொழுதுதான் அவர் ஸ்டேஷனுக்குச் சென்று தன் உடைகளை மாற்றியிருக்க வேண்டும்.'

'அந்தப் போலி சன்னியாசி யார்?'

'எனக்கு சந்தேகம் இருக்கிறது. ஆனாலும், இதுவரை போது மான ஆதாரம் கிடைக்கவில்லை.'

'அப்படியானால் இவ்வளவு நாள்களாக அந்த மோதிரத்தை உங்கள் பாக்கெட்டிலேயேதான் வைத்திருந்தீர்களா?'

'இல்லை.'

'வேறென்ன செய்தீர்கள்?'

'பாதுகாப்பான ஓரிடத்தில் அதை வைத்திருந்தேன்.'

'எங்கே?'

'புல்புலையாவில்தான்; அங்கே இருந்த சின்னஞ்சிறிய பொந்துகளில் ஒன்றில்தான் வைத்திருந்தேன்.'

'எப்படி அங்கு மீண்டும் சென்று, உங்களால் அதைக் கண்டு பிடிக்க முடிந்தது? அந்தக் குகையை எப்படி கட்டியிருக்கிறார்கள் என்று உங்களுக்குத் தெரியாது. அதாவது அதன் வரைபடம்...'

'அதற்கும் நான் ஓர் ஏற்பாடு செய்திருந்தேன். என இடதுகை சுண்டுவிரலில் நீண்ட நகம் இருப்பதை நீ பார்த்திருப்பாய். அந்தக் குகை வழிகளில் சுவற்றின் மீது நகத்தால் எண்களைக் கீறி வைத்திருந்தேன். அந்த மோதிரம் ஏழாவது பாதையில் இருந்தது. லக்னோவில் இருந்து கிளம்புவதற்கு முன்பாக, நான் மீண்டும் அங்குச் சென்று மோதிரத்தை எடுத்துக்கொண்டேன். நான் வெளியூருக்குச் சென்றிருக்கும் நேரத்தில் மோதிரம் அங்கே எந்தவித பாதுகாப்புமின்றி இருப்பதை நான் விரும்பவில்லை.'

என் இதயம் மீண்டும் வேகமாக அடித்துக் கொள்ளத் தொடங்கியது.

'அந்த மோதிரம் உங்களிடம்தான் இருக்கிறது என்று அந்தத் திருடர்கள் சந்தேகப்பட்டால்?'

'அதனால் என்ன? அவர்களால் எதையும் நிரூபிக்க முடியாது. எப்படி இருந்தாலும், மோதிரம் எங்கே இருக்கிறது என்று ஊகிக்கும் அளவுக்கு, அவர்கள் புத்திசாலிகளாக இருப்பார்கள் என்று நான் நினைக்கவில்லை.'

'அப்படியானால் அவர்கள் ஏன் உங்களை அச்சுறுத்த வேண்டும்?'

'ஏனென்றால், எப்படியாவது அந்த மோதிரத்தை அடைந்து விடுவது என்ற திட்டத்தை அவர்கள் இன்னும் கைவிட்டு விடவில்லை. அவர்களின் நம்பிக்கையைச் சிதற அடித்துவிடும் சக்தி எனக்கு இருக்கிறது என்று அவர்களுக்கு நன்றாகத் தெரிந்திருக்கிறது.'

'ஆனால்...' இதைச் சொல்வதற்குள் எனது தொண்டை உலர்ந்து விட்டது. என்னால் முழுமையாகப் பேசவே முடியவில்லை. 'உங்களுக்குப் பேரபாயம் காத்திருக்கலாம் அல்லவா?'

'ஃபெலு மித்தர் அபாயத்தையும் ஆபத்துகளையும் சந்தித்துதான் பெரிதாக வளருகிறான்.'

'ஆனால்...'

'இனி ஆனால் எதுவும் வேண்டாம். தூங்கப் போ!'

ஃபெலுடா கொட்டாவி விட்டுக்கொண்டு அந்தப் பக்கம் திரும்பிப் படுத்துத் தூங்கத் தொடங்கினார்.

இப்போது தர்மசாலை சுத்தமாக அமைதி அடைந்திருந்தது. எங்கோ தூரத்தில் ஒரு நாய் குரைத்தது. அடுத்த அறையிலிருந்து குறட்டை ஒலி இடைவிடாது கேட்டுக் கொண்டிருந்தது. அந்தத் தீப்பெட்டி, அதனுள் இருந்த பொருள் ஆகியவற்றில் இருந்து என் மனத்தை அகற்ற முடியவில்லை. ஃபெலுடாவின் தைரியத்தை பாராட்டத்தான் வேண்டும். அவர் அப்படி செய்திருக்காவிட்டால், அந்த மோதிரம் திருடப்பட்டிருக்கும். அதை எடுத்தவனும் காணாமலே போயிருப்பான்.

'கிர்ர் ர்ர்ர்ர் கிட் கிட்! கிர்ர் ர்ர்ர்ர் கிட் கிட்!'

பக்கத்து அறையிலிருந்து கிலுகிலுப்பை பாம்பின் சத்தம் லேசாக வந்து கொண்டிருந்தது. ஆனாலும், அது வெகுதூரத்திலிருந்து வருவது போலத் தோன்றியது. வனபிகாரி பாபு அவருக்குப் பிடித்த இசையைக் கேட்டுக்கொண்டிருக்க வேண்டும். இந்த விசித்திரமான சத்தம்தான், விரைவிலேயே என்னைத் தூங்கச் செய்தது என்பது வேடிக்கையானதொரு விஷயம்தான்.

அப்பா தனது கடிகாரத்தில் அதிகாலை ஐந்து மணிக்கு அலாரம் வைத்திருந்தார். அது அடிப்பதற்குச் சற்று முன்னதாகவே நான் விழித்துக்கொண்டேன். ஒரு கப் டீ சாப்பிட்ட பிறகு, நாங்கள் தயாராவதற்கு நீண்ட நேரம் ஆகவில்லை. 'உணவு எடுத்துக்

கொண்டு செல்வதைப் பற்றி நாம் கவலைப்பட வேண்டிய தேவையில்லை. லக்ஷ்மண்ஜூலாவில் பாலத்துக்கு அருகே இருக்கும் கடைகளில் மிக அருமையான பூரி கிழங்கு கிடைக்கும்' என்றார் டாக்டர் ஸ்ரீவத்சவா.

நாங்கள் அனைவருமே கம்பளி உடைகளை அணிந்து கொண்டோம். லக்ஷ்மண்ஜூலா, மலையில் மேலும் உயரமான இடத்தில் இருக்கிறது. எனவே, அங்கே இன்னும் குளிராகத்தான் இருக்கும்.

சரியாக ஐந்தே முக்கால் மணிக்கு இரண்டு டாக்ஸிகள், வாயிலின் அருகில் வந்து நின்றன. பிலாஷ் பாபுவும் வெளியே வந்து எங்களுடன் சேர்ந்துகொண்டார். அவரும் லக்ஷ்மண்ஜூலாவுக்குப் போகிறார் என்பதால் எங்களுடனேயே பயணம் செய்தார். 'ஒரு காரில் மூன்று பேர் போகலாம். மிருகங்களைப் பற்றி விசித்திரமான கதைகளை உனக்கு நான் சொல்லமுடியும் தபேஷ். என்னோடு சேர்ந்து வருகிறாயா?' என்று கேட்டார் வனபிகாரி பாபு.

'ஏன் முடியாது? ஃபெலுடாவும் கூட நம்மோடு வர விரும்புவார் என்று நான் நிச்சயமாக சொல்வேன்.'

ஃபெலுடா எதையும் பொருட்படுத்தியதாகத் தெரியவில்லை. வனபிகாரி பாபு, ஃபெலுடா, நான் ஆகிய மூவரும் ஒரு டாக்ஸியில் ஏறிக்கொள்ள, அடுத்த டாக்ஸியில் அப்பாவும் டாக்டர் ஸ்ரீவத்சவாவும் பிலாஷ் பாபுவும் ஏறிக் கொண்டனர். இருவருமே பிலாஷ் பாபுவுடன் ஏற்கெனவே நட்புறவை ஏற்படுத்திக் கொண்டு விட்டதாகத் தோன்றியது.

டிரைவருக்குப் பக்கத்தில் இருந்த சீட்டில் வனபிகாரி பாபு தனது மரப்பெட்டியைக் கொண்டுவந்து வைத்தார். 'அந்த மலைப் பாம்பை பார்க்க முடிந்தால், அதற்காகத்தான் இந்தப் பெட்டி' என்று அவர் கூறினார். பின் சீட்டின் நடுவே ஃபெலுடா அமர்ந்து கொண்டார். நான் அவருக்கு இடதுபுறத்தில் உட்கார்ந்தேன். வனபிகாரி பாபு, அவருக்கு வலதுபுறத்தில் சென்று அமர்ந்தார்.

இரண்டு கார்களுமே சரியாக 6.15 மணிக்குப் புறப்பட்டன. ஐந்தே நிமிடங்களில் ஊரை விட்டு வெளியேறி வெட்டவெளியில் பயணம் செய்யத் தொடங்கினோம். எங்களுக்கு முன்னே மலை உயரமாக எழுந்து கொண்டிருந்தது. வலதுபுற கண்ணாடி வழியாக அவ்வப்போது கங்கை நதி பெருகி ஓடுவதை என்னால் பார்க்க முடிந்தது. திடீரென்று என் இதயம் லேசானது போலிருந்தது. வனபிகாரி பாபுவும் நல்ல மனநிலையில் இருப்பது போலவே

தோன்றினார். ஏனெனில், வாய்க்குள்ளாகவே அவர் பாடல் ஒன்றை பாடிக் கொண்டிருந்தார். ஒருவேளை அவரது மலைப்பாம்பை பற்றி நினைத்ததும் உருவான உற்சாகமோ என்னவோ?

இருந்தாலும், ஸ்பெலுடா ஒரு வார்த்தைகூட பேசவில்லை. அவர் என்ன யோசித்துக் கொண்டிருக்கிறார்? அவரது பாக்கெட்டில் இருந்த தீப்பெட்டியில்தான் அந்த மோதிரம் இன்னமும் இருக்கிறதா? அது பற்றி எதுவும் சொல்லமுடியாது. ஏனென்றால், வனபிகாரி பாபுவுக்கு முன்பாக அவர் புகைப்பிடிக்க மாட்டார் என்று எனக்குத் தெரியும்.

மற்றொரு டாக்ஸி எங்களுக்கு முன்பாகத்தான் சென்று கொண்டு இருந்தது. பிலாஷ்பாபு, டாக்டர் ஸ்ரீவத்சவாவுடன் பேசிக் கொண்டிருப்பதை என்னால் பார்க்க முடிந்தது. ஒருவேளை தனது கைரேகையைப் பார்ப்பதற்கு இந்த வாய்ப்பை ஸ்ரீவத்சவா பயன்படுத்திக் கொண்டிருக்கிறாரோ என்னவோ?

'அதிகாலை பனியின் காரணமாகத்தான் சாலையில் அதிகமாக தூசு எழவில்லை. ஆனாலும், விரைவிலேயே அந்த கார் செல்லும் பாதையில் தூசு எழும்பத் தொடங்கிவிடும். அவர்களை முன்னே போக விட்டுவிடலாம். டிரைவர் கொஞ்சம் மெதுவாகப் போகிறீர்களா?' என்றார் வனபிகாரி பாபு.

தாடி வைத்திருந்த அந்த சீக்கிய டிரைவர் டாக்ஸியின் வேகத்தைக் குறைத்தார். அப்பா சென்ற காருக்கும் எங்கள் காருக்குமான இடைவெளி அதிகரித்தது.

தூசு எழும்பினாலும்கூட இரண்டு குழுவினரும் ஒன்றாக பயணம் செய்வதைத்தான் நான் விரும்பினேன். இருந்தாலும், இதைப் பற்றி வனபிகாரி பாபுவுக்கு எதுவும் சொல்வதற்கு நான் துணியவில்லை. எப்போது அவர் கதை சொல்லத் தொடங்கப் போகிறார்?

எங்களுக்குப் பின்னால் ஒரு கார் வந்து கொண்டிருந்தது. எங்களை முந்திச்செல்ல அது விரைவது போல் தோன்றியது. ஹார்ன் சத்தம் அதிகரிக்கத் தொடங்கியதும், வனபிகாரி பாபு டிரைவரிடம் சொன்னார்: 'இந்தச் சத்தம் என்னை பைத்திய மாக்கிவிடும் போல் இருக்கிறது. அந்த கார் போகட்டும் டிரைவர். வழிவிட்டு விடுங்கள்!'

அவரது கட்டளைக்குப் பணிந்தவராக டிரைவர் வண்டியை இடதுபுறமாக ஒதுக்கி ஓட்டத் தொடங்கியதும், பழைய காலத்து செவர்லே கார் ஒன்று எங்களைத் தாண்டிச் சென்றது. அதிலிருந்

தவர் ஜன்னல் வழியாக வெளியே எங்களை உற்றுப் பார்த்துக்கொண்டே சென்றார்.

உடனடியாகவே என்னால் அவரை அடையாளம் காண முடிந்தது. எங்களுடன் ரயிலில் பயணம் செய்த அதே சன்னியாசிதான் அவர்!

110 | சத்யஜித் ரே

தவர் ஜன்னல் வழியாக வெளியே எங்களை உற்றுப் பார்த்துக்கொண்டே சென்றார்.

உடனடியாகவே என்னால் அவரை அடையாளம் காண முடிந்தது. எங்களுடன் ரயிலில் பயணம் செய்த அதே சன்னியாசிதான் அவர்!

பதினொன்று

முதலில் நாங்கள் லக்ஷ்மண்ஜூலாவுக்குச் சென்று, பெரும்பகுதி நேரத்தை அங்கே செலவிட்டுவிட்டு, வரும்வழியில் ரிஷிகேஷில் நின்று பார்த்துவிட்டு வருவது என்று ஏற்கெனவே தீர்மானம் செய்திருந்தோம். உண்மையைச் சொல்ல வேண்டுமானால், ரிஷி கேஷுக்குப் போவதில் எனக்கு ஆர்வம் ஏதும் இல்லை. இதர புனித இடங்களைப் போலவே அதுவும் குப்பை நிறைந்ததாகவும், ஜனநெருக்கம் நிறைந்ததாகவும் இருக்கும் என்று எனக்குத் தெரியும். அந்த இடத்தில் ஆறு மட்டும்தான் கொஞ்சம் வித்தியாசமாக இருக்க வாய்ப்புண்டு.

ரயிலில் ஃபெலுடா பாடிக்கொண்டு வந்த அதே உருது கவிதையை இப்பொழுது வனபிகாரி பாபு பாடிக் கொண்டிருந்தார்.

'அழகே உருவான லக்னோ நகரை விட்டுப் பிரிகிறேன்!

எந்தன் மனநிலை எந்நிலை என்று சொல்லத் தெரிகிலேன்!'

அவர் திடீரென்று பாட்டை நிறுத்திவிட்டு கேட்டார்: 'ஜிம் கார்பெட்டைப் பற்றி கேள்விப் பட்டிருக்கிறீர்களா?'

'ஆமாம்.'

'மனிதர்களைக் கொன்று வந்த புலிகளை இந்தப் பள்ளத்தாக்கு களில்தான் அவர் வேட்டையாடிக் கொன்றார். என்னைப் போலவே அவரும் விலங்குகளைப் பற்றி நன்கு தெரிந்திருந்ததோடு அவற்றை நேசிக்கவும் செய்தார். அதற்காகவே, நான் எப்பொழுதும் அவரை மதித்து வருகிறேன்' என்று சொல்லிவிட்டு மீண்டும் பாடத் தொடங்கி விட்டார்.

மலைகளின் ஊடாக எங்கள் கார் லக்ஷ்மண் ஜூலாவை நோக்கி விரைந்து கொண்டிருந்தது. எங்களது வலதுபுறத்தில் இருந்த காடுகளின் வழியே அவ்வப்பொழுது கங்கை நதி தலை காட்டிக்

கொண்டிருந்தது. வானம் மூட்ட மாகத்தான் இருந்தது. சூரியன் மேகத்துக்குள் சென்று மறையும் ஒவ்வொரு முறையும் அடிக்கின்ற காற்றுகூட குளிர்ச்சியாகத் தோன்றியது.

திருடு போன அந்த மோதிரத்தைப் பற்றி நான் மீண்டும் யோசிக்கத் தொடங்கினேன். கடந்த சில நாள்களில் நான் பல விஷயங்களை கற்றுக் கொண்டிருக்கிறேன். ஆனால், விளக்கப் படாமல் விடுபட்ட விஷயங்களோ ஏராளமாக இருந்தன. பியாரிலாலின் மரணம் இயற்கையானது அல்ல என்று மகாவீர் பாபு நினைப்பது ஏன்? பியாரிலால் திடீரென்று கூச்சலிட்டது ஏன்? எந்த உளவாளியைப் பற்றி அவர் சொல்ல முயற்சித்தார்? அது நமக்குத் தெரிந்த யாராவது ஒருவரா அல்லது வெளிநபரா?

நான் வெறுமனே பார்த்துக் கொண்டிருந்த அதே கணத்தில், இந்த சிந்தனைகள் ஒன்றையொன்று துரத்தியபடி வந்து கொண்டிருந் தன. திடீரென்று என் கண்கள் பின்னால் வரும் வண்டிகளைப் பார்ப்பதற்காக வைத்திருக்கும் கண்ணாடியின் மீது நிலைத்தது. அதில் ஃபெலுடா தெரிந்தார். அவர் தீவிரமாக நேரே பார்த்துக் கொண்டிருந்தார். நான் திரும்பினேன். அவர் டிரைவரையே உற்று பார்த்துக் கொண்டிருந்தார். அனிச்சையாக எனது பார்வையும் அதே திசையில் திரும்பியது. பிறகு, என் இதயம் அப்படியே நின்றுவிட்டது போல் உணர்ந்தேன். அந்த டிரைவர் அணிந்திருந்த சீக்கிய குல்லாவுக்கும் சட்டை காலருக்கும் இடையே தெரிந்த அவரின் கழுத்துப் பகுதியில் ஒரு நீண்ட கீறல் தென்பட்டது.

இதுபோன்ற தழும்பை நாம் யாரிடமோ இதற்கு முன்பு பார்த்திருக்கிறோமே!

கணேஷ் குஹாதான் அது.

நான் மீண்டும் ஃபெலுடாவை பார்த்தேன். அவர் ஜன்னலுக்கு வெளியே பார்வையை ஒட்டிக்கொண்டு வந்தார். இவ்வளவு கவலையானதொரு தோற்றத்தில் நான் அவரைப் பார்த்ததே இல்லை.

க்வாலிடி ரெஸ்டாரண்ட்டில் எங்களுடன் உட்கார்ந்து பேசும் போது, வேலையை விட்டுவிட்டாகவும், அன்றே கல்கத்தாவுக்குச் செல்வதாகவும்தான் கணேஷ் குஹா கூறினார். ஆனால், இன்று ஒரு சீக்கியரைப் போல வேஷம் போட்டுக்கொண்டு எங்களை லக்ஷ்மண்ஜூலாவுக்கு அழைத்துச் செல்கிறார். இதன் பொருள் என்னவாக இருக்கும்? அதன் பிறகுதான் இந்த டாக்ஸியும்கூட வனபிகாரி பாடுவால் ஏற்பாடு செய்யப்பட்டது என்பது நினைவுக்கு வந்தது. கடவுளே! அப்படியானால்...?

அதற்கு மேலும் என்னால் யோசிக்க முடியவில்லை. தலை சுற்றியது. நாங்கள் எங்கே போய் கொண்டிருக்கிறோம்? லக்ஷ்மண்ஜூலாவுக்கா? அல்லது வேறு எங்காவதா? வனபிகாரி பாபு என்ன செய்ய நினைத்திருக்கிறார்? ஆனால், பார்ப்பதற்கு அவர் அமைதியாகத்தான் இருந்தார். தீங்கு எதையும் செய்ய தயாரானவர் போல நிச்சயமாகத் தோன்றவில்லை.

அந்த நேரத்தில்தான் அவர் திடீரென்று பேசத் தொடங்கி என்னைத் திடுக்கிட வைத்தார்.

'இந்த இடத்தில் நாம் இடதுபுறம் திரும்ப வேண்டும். காட்டின் வழியாக ஒரு பாதை உள்ளது. அந்த வழியாகச் சென்றால் ஒரு வீடு வரும். அங்குதான் நான் எதிர்பார்த்து வரும் மலைப்பாம்பு இருக்கிறது. நாம் இப்பொழுது அதைப் பார்த்துவிட்டு வரலாம். திரும்பி வரும்போது அதை எடுத்துக் கொள்ளலாம். சரியா ஃபெலு பாபு?'

'சரி! நல்லது' என்று ஃபெலுடா மிகுந்த அமைதியுடன் பதிலளித்தார்.

'அந்த மலைப்பாம்பு லக்ஷ்மண்ஜூலாவில் இருக்கிறது என்றல்லவா நீங்கள் சொன்னீர்கள்?' என்று கேட்காமல் இருக்க என்னால் முடிய வில்லை.

இதைக் கேட்டு அவர் உரக்கச் சிரித்தார்.

'இது லக்ஷ்மண்ஜூலா இல்லை என்று யார் சொன்னது? ஹவுரா என்பது ஹவுரா பாலம் மட்டுமல்ல அல்லவா? அந்தப் பகுதி முழுவதற்கும் தானே அந்தப் பெயர்? லக்ஷ்மண்ஜூலா இங்கிருந்தே தொடங்குகிறது. கங்கை நதிக்கு மேல் உள்ள பாலம் இங்கிருந்து இரண்டு மைல்களுக்கு அப்பால் உள்ளது.'

எங்கள் கார் இடதுபுறம் திரும்பி காட்டுக்குள் நுழைந்தது. புதராக வளர்ந்திருந்த செடிகளால் மூடப்பட்டிருந்த பாதை தெளிவாகக் கண்ணுக்குத் தெரியவில்லை.

வழி சொல்லுவது, திசை காட்டுவது போன்ற எந்த உதவிக்காகவும் காத்திராமல் டிரைவர் வண்டியை ஓட்டிச் செல்வதை நான் கவனித்தேன். போகவேண்டிய இடம் எது என்பதை நன்கு அறிந்தவரைப் போலவே அவர் டாக்ஸி ஓட்டிக் கொண்டிருந்தார்.

'இந்த இடம் எப்படி இருக்கிறது ஃபெலு பாபு?' என்று வனபிகாரி பாபு கேட்டார். இப்பொழுது அவரது குரல் வேறு மாதிரியாக இருப்பதாகத் தோன்றியது. இந்த சாதாரண வார்த்தைகளுக்குள் மறைத்து வைக்கப்பட்ட உற்சாகம் இருப்பது போல் தோன்றியது.

'மிகவும் அழகாக இருக்கிறது என்று கூறிய ஃபெலுடா, தன் இடது கையால் என் வலது கையை லேசாக அழுத்தினார். 'பயப்படாதே, நான் இருக்கிறேன்!' என்பதைத்தான் அவர் உணர்த்துகிறார் என்று நான் புரிந்து கொண்டேன்.

'தொப்ஷே! கைக்குட்டை எடுத்து வந்திருக்கிறாயா?' என்று கேட்டார் ஃபெலுடா. இது போன்ற கேள்வியை நான் எதிர்பார்க்கவே இல்லை. எனவே, அதற்கு பதிலளிக்க நான் தடுமாறினேன். 'கை... கைக்... குட்டையா?'

'அது என்ன என்று தெரியாதா உனக்கு?'

'தெரியும். ஆனால், எடுத்து வர மறந்துவிட்டேன்.'

'தூசு கிளம்பும் என்று கவலைப்படுகிறீர்களா என்ன? இங்கெல்லாம் தூசு என்பதே இருக்காது என்றார் வனபிகாரி பாபு.

'இல்லை; தூசுக்காக இல்லை' என்று பதிலளித்துக் கொண்டே, ஒரு கைக்குட்டையை யாரும் பார்க்காதவாறு என் பாக்கெட்டுக்குள் திணித்தார் ஃபெலுடா. ஏன் இப்படி செய்கிறார் என்று என்னால் புரிந்துகொள்ள முடியவில்லை.

வனபிகாரி பாபுவின் டேப்ரிக்கார்டர், இப்பொழுது அவர் மடியில்தான் இருந்தது. அவர் அதை இயக்கினார். மரங்களுக்கு இடையே இருந்து மர ஓநாய் ஒன்று சிரிப்பது போல் ஊளையிடும் சத்தம் கேட்கத் தொடங்கியது.

காட்டுப் பகுதி மேலும், மேலும் இருளாக மாறிக் கொண்டிருந்தது. எப்படி இருந்தாலும், சூரியன் மேகங்களுக்கு உள்ளேதான் மறைந்து கொண்டிருக்க வேண்டும். அப்பா, சென்ற கார் இப்பொழுது எங்கே இருக்கும் என்று நான் யோசித்தேன். அவர்கள் ஏற்கெனவே லக்ஷ்மண்ஜூலாவை அடைந்திருப்பார்களோ? எங்களுக்கு ஏதாவது நேர்ந்துவிட்டால் அவர்களால் தெரிந்துகொள்ளக்கூட முடியாது. ஒருவேளை அதனால்தான் அவர்களை முன்னால் போகட்டும் என்று வனபிகாரி பாபு வழி கொடுத்தாரோ?

என் தைரியம் அனைத்தையும் திரட்டிக்கொள்ள நான் முயற்சித்தேன். ஃபெலுடாவின் மீது எனக்கு முழுமையான நம்பிக்கை இருந்தபோதிலும், அவரது ஒட்டுமொத்த தைரியமும் தெளிந்த சிந்தனையும் சோதிக்கப்பட இருக்கிறது என்று எனக்குள் ஏதோ சொல்லிக் கொண்டிருந்தது.

இப்பொழுது எங்கள் கார் அடர்ந்த காட்டின் ஊடாக நகர்ந்து கொண்டிருந்தது. வனபிகாரி பாபு டேப்ரிக்கார்டரை நிறுத்தி விட்டிருந்தார். அவரும் ஏதும் பாடவில்லை. மரங்களில் இருந்த பறவைகளின் 'கிரீச்' ஒலியையும், எங்கள் வண்டி சக்கரங்களின் கீழ் நசுங்குகின்ற சருகுகளின் ஒலியையும்தான் என்னால் கேட்க முடிந்தது.

பத்து நிமிடங்களுக்குப் பிறகு மரக்கிளைகள், இதர செடிகளின் ஊடாக தூரத்தில் ஒரு வீட்டை எங்களால் பார்க்க முடிந்தது. இதுபோன்ற ஓர் இடத்தில் யார் வீடு கட்டுவார்கள்? அப்புறம்தான் காட்டிலாகா அதிகாரியாக இருந்த என் மாமா ஒருவரின் நினைவு வந்தது. அவரும்கூட காட்டின் நடுவே இதுபோன்ற வீட்டில்தான் புலிகள், இதர காட்டு விலங்குகளைத் துணைக்கு வைத்துக்கொண்டு வாழ்கிறார் என்று கேள்விப்பட்டிருக்கிறேன். அவரது வீடு இதைப் போல இருக்குமா?

அந்த வீட்டை நெருங்கியபோதுதான் கவனித்தேன். மரத்தால் ஆன அந்த வீடு, தரை மட்டத்திலிருந்து சற்று உயரத்தில் மேடை அமைத்து கட்டப்பட்டிருந்தது. அதன் வாயிலை அடைய மரப்

படிக்கட்டுகள் இருந்தன. பார்க்க அது மிகவும் பழையதாக இருந்தது. யாரும் அங்கு வசித்து வந்தது போலவே தோன்றவில்லை.

அந்த வீட்டுக்கு முன்பாகத்தான் எங்கள் டாக்ஸி சென்று நின்றது. 'பாண்டேஜி இப்போது வீட்டில் இருப்பதாகத் தோன்றவில்லை. இத்தனை தூரம் நாம் வந்துவிட்டதால் உள்ளே போய் அவருக்காகக் காத்திருக்கலாம். சுள்ளி பொறுக்கவோ அல்லது வேறெதையாவது பறிக்கவோதான் அவர் வெளியே போயிருக்கக்கூடும். அவர் இங்கே தனியாகத்தான் வசிக்கிறார். எனவே, எல்லாவற்றையும் அவரேதான் பார்த்துக்கொள்ள வேண்டும். ஆனால், என்னைப் போலவே அவருக்கும் மிருகங்கள் குறித்து பயமேதும் இல்லை. நீங்கள் இருவரும் வாருங்கள். போலி சாமியார்களை நீங்கள் பார்த்திருக்கிறீர்கள் அல்லவா? இப்பொழுது முற்றிலும் உண்மையானதொரு சன்னியாசியை நீங்கள் பார்க்கப் போகிறீர்கள். அவர் எப்படி இங்கு வாழ்கிறார் என்பதைப் பற்றிக்கூட சிறிதளவு நீங்கள் தெரிந்து கொள்ளலாம் என்றார் வனபிகாரி பாபு.

நாங்கள் மூவரும் காரை விட்டு வெளியே வந்தோம். ஃபெலுடாவின் நம்பிக்கைத் தரும்படியான அருகாமை மட்டும் இல்லாமல் இருந்தால், நான் எந்தளவு தைரியத்துடன் இருந்திருப்பேன் என்று என்னால் கூற முடியாது. உண்மையில் எந்தவித பதற்றமும் இன்றி அவர் அமைதியாக இருந்தது, இந்த விஷயங்கள் அனைத்துமே என்னுடைய கற்பனைதானோ என்று என்னை வியக்க வைத்தது. அந்த டிரைவர் சாதாரணமான ஒரு சீக்கியராகவும், வனபிகாரி பாபு உண்மையைத்தான் கூறுகிறார் என்றும், இந்த வீட்டில் பாண்டேஜி என்று அழைக்கப்படும் சன்னியாசிதான் வசிக்கிறார் என்றும், அவரிடம்தான் அந்த பன்னிரண்டு அடி நீளமான மலைப்பாம்பு இருக்கிறது என்றும் இருந்தால்?

நாங்கள் படிக்கட்டை நோக்கி நடந்தோம். எங்கள் காலடியில் காய்ந்த சருகுகள் நசுங்கி சத்தமிட்டன. பின்னர், நாங்கள் படிக்கட்டில் ஏறி உள்ளே நுழைந்தோம்.

அந்த அறை ஒரு ரயில் பெட்டியைவிட பெரியதாக இருக்க வில்லை. அங்கே மேலும் ஒரு கதவு. அது இரண்டாவது அறைக்குச் செல்லும் வழியாகக்கூட இருக்கலாம். ஆனாலும், அந்தக் கதவு அடுத்தப் பக்கத்தில் தாழிடப்பட்டிருந்தது. எதிரே இருந்த சுவற்றில் இரண்டு சிறிய ஜன்னல்கள் இருந்தன. அதன்மூலம் வெளியே இருந்த மரங்களைப் பார்க்க முடிந்தது. அந்த வீடு அமைக்கப்பட்டிருந்த மேடை, தரையிலிருந்து நடுத்தர உயரமுடைய ஒருவரின் உயரத்துக்கு அமைந்திருந்தது.

வனபிகாரி பாபுவின் தோளில் அவரது டேப்ரிக்கார்டர் தொங்கிக் கொண்டிருந்தது. அதைத் தரையில் வைத்துவிட்டு அவர் சொன்னார்:

'அவர் எவ்வளவு எளிமையாக வாழ்கிறார் என்பதை நீங்களே பார்க்க முடியும்.'

உடைந்து போன ஒரு மேஜையும், ஒரு கால் இல்லாத பெஞ்சும் ஒரு தகர நாற்காலியும்தான் இருந்தன. ஃபெலுடா நடந்து சென்று அந்த பெஞ்சில் அமர்ந்தார். நானும் அவர் அருகில் சென்று அமர்ந்து கொண்டேன்.

வனபிகாரி பாபு தனது பைப்பில் புகையிலையை நிரப்பத் தொடங்கினார். பின்னர் அதைக் கொளுத்திவிட்டு, தீக்குச்சியை அணைத்து ஜன்னல் வழியாக வெளியே போட்டுவிட்டு, அங்கிருந்த தகர நாற்காலியை அழுத்தி அதன் வலிமையைச் சோதித்துவிட்டு, அதில் உட்கார்ந்து கொண்டார். 'ஆஹா!' என்று ஆனந்தமாகக் கூறிக்கொண்டே புகையை வெளியே விட்டார். அறை எங்கும் புகை பரவியது.

சிறிது நேரம் கழித்து தாழ்ந்த குரலில், அதே நேரத்தில் உறுதியுடன் அவர் கேட்டார்: 'நல்லது ஃபெலு பாபு! என்னுடைய மோதிரத்தைத் தயவுசெய்து திருப்பித் தருகிறீர்களா?'

பன்னிரண்டு

'உங்கள் மோதிரமா?'

இந்தக் கேள்வியைக் கேட்ட ஃபெலுடா திடுக்கிட்டுப் போனார் என்று என்னால் கூறமுடியும். வனபிகாரியும் அவரது கேள்விக்கு பதில் அளிக்கவில்லை. அவர் ஃபெலுடாவை வெறித்து பார்த்துக் கொண்டிருந்தார். அவரது உதட்டின் ஓர் ஓரத்தில் பைப் தொங்கிக் கொண்டு இருந்தது. உதட்டில் புன்னகையும் வெளிப்பட்டது. வெளியே கேட்டுக் கொண்டிருந்த பறவைகளின் சத்தம் நின்று நிசப்தமாக இருந்தது.

'அதுபோக, அது என்னிடம்தான் இருக்கிறது என்று எப்படி உங்களால் நினைக்கத் தோன்றியது?'

வனபிகாரி பாபு இப்பொழுது பேசினார்.

'ஆரம்பத்தில் இருந்தே எனக்கு ஒரு சந்தேகம் இருந்து கொண்டுதான் இருந்தது. வெளியால் யாரும் அதைத் திருடியிருக்க முடியாது என்று எனக்குத் தெரியும். வீட்டுக்குள் சாதாரணமாக நுழைந்து, யாரும் பார்க்காமல் அல்லது எந்த சத்தத்தையும் போடாமல், திரு பாபுவின் படுக்கை அறையிலிருந்து ஏதாவதொன்றை எடுத்துச்செல்ல யாராலும் முடியாது. அதை நம்புவதே கடினம் என்றுதான் நான் கருதினேன். உங்களை சந்தேகித்த போதிலும், என் கருத்தை உறுதிப்படுத்த எந்த ஆதாரமும் என்னிடம் இல்லை. இப்பொழுதோ அந்த ஆதாரம் என்னிடம் இருக்கிறது.'

'அந்த ஆதாரம்தான் என்ன?'

அமைதியாக வனபிகாரி பாபு தனது டேப்ரிக்கார்டரை எடுத்து மீண்டும் தன் மடியில் வைத்துக்கொண்டு அதை இயக்கினார்.

அதில் நான் கேட்டது என் ரத்தத்தை உறையச் செய்துவிட்டது.

'அது அந்த மோதிரம்தானே, இல்லையா?' அந்த இயந்திரத்தில் இருந்து வந்த குரல் என்னுடையதேதான்!

'நல்லது. நீ ஏற்கெனவே சரியாக ஊகித்திருப்பதால், இதற்கு மேலும் உன்னிடமிருந்து விஷயங்களை மறைத்து வைப்பதில் எவ்விதப் பயனும் இல்லை...'

வனபிகாரி பாபு இப்பொழுது டேப்ரிக்கார்டரை நிறுத்திவிட்டுச் சொன்னார்: 'நீங்கள் உங்கள் அறைக்குத் திரும்புவதற்கு முன்னால் உங்கள் படுக்கையின் கீழ் இதை வைத்திருந்தேன். நீங்கள் அந்த மோதிரத்தைப் பற்றி பேசுவீர்கள் என்று நான் உறுதியாக எதிர்பார்க்கவில்லை. ஆனால், நீங்கள் அப்படி பேசியதை அடுத்து, நான் விரும்பியதைப் பெறுவதற்கான இந்த வாய்ப்பை என்னால் நழுவவிட முடியாது. இதைவிட சிறந்த ஆதாரம் என்ன வேண்டும் உங்களுக்கு ்ஃபெலு பாபு?'

'அந்த மோதிரம் உங்களுடையதுதான் என்று நீங்கள் எப்படி உரிமை கொண்டாட முடியும்?'

வனபிகாரி பாபு டேப்ரிக்கார்டரை மேஜை மீது வைத்துவிட்டு, கால்களை மடக்கிக்கொண்டு நாற்காலியில் நன்றாக சாய்ந்து அமர்ந்தார்.

'1948ம் ஆண்டில், அதாவது சரியாக பதினெட்டு ஆண்டுகளுக்கு முன்னால், கல்கத்தாவில் இருந்த நெளலகா கம்பெனியில் அந்த மோதிரத்தை நான் வாங்கினேன். அதற்கு எனக்கு இரண்டு லட்ச ரூபாய் செலவானது. அதன்பிறகுதான் எனக்கு பியாரிலாலின் அறிமுகம் கிடைத்தது. புராதன பொருள்களின் மீது அவருக்கு விருப்பம் இருந்தது என்று அவர் என்னிடம் சொல்லியதில்லை. இருந்தபோதிலும், அந்த மோதிரத்தை அவரிடம் காட்டினேன். அதைப் பார்த்தவுடன் அவர் முகத்தில் ஏற்பட்ட மாற்றம், உடனடியாக என்னை பயம்கொள்ளச் செய்தது. இரண்டு நாள்களுக்குப் பிறகு அந்த மோதிரம் என் வீட்டில் இருந்து காணாமல் போனது. போலீஸுக்கும் தகவல் சொல்லப்பட்டது. எனினும், அவர்களால் திருடனைப் பிடிக்க இயலவில்லை. அதன்பிறகு நான் லக்னோ வந்துவிட்டேன். அதேபோன்று பியாரிலாலும் லக்னோ வந்து சேர்ந்தார். இத்தனை ஆண்டுகளாக அந்த மோதிரம் பியாரிலாலிடம்தான் இருந்தது என்பதை, ஸ்ரீவத்சவா அந்த மோதிரத்தை என்னிடம் காண்பித்தபோதுதான்

தெரிந்து கொண்டேன். முதல்முறை நெஞ்சுவலி வந்தபோதே தான் உயிர் பிழைக்கமாட்டோம் என்று பியாரிலால் நினைத்திருப்பார் என்று நினைக்கிறேன். எனவேதான், பல வருடங்களுக்கு முன்பு அவர் திருடியதை கைகழுவினார். ஆனாலும், அவர் பிழைத்துக் கொண்டார். நான் அவரைப் பார்க்கச் சென்றிருந்தேன். தான் திருடியதை ஒப்புக்கொண்டால், ஸ்ரீவத்சவாவிடம் இருந்து அந்த மோதிரத்தை திரும்பப் பெற்றுவிடலாம் என்றுதான் நான் நினைத்தேன். இதற்கு ஒப்புக்கொண்டிருந்தால் அவருக்கு ஏதாவது இழப்பீடு தருவதற்குக்கூட நான் தயாராகத்தான் இருந்தேன். ஆனால், என்ன நடந்தது தெரியுமா? இந்த விஷயம் அனைத்தையுமே அவர் மறுத்துவிட்டார். உண்மையில் கல்கத்தாவில் என் வீட்டில் அந்த மோதிரத்தை தான் பார்த்ததே இல்லை என்ற அளவுக்குக்கூட அவர் சென்றார்!'

குரலில் சிறிதுகூட பயமின்றி ஃபெலுடா இந்தக் கட்டத்தில் குறுக்கிட்டார். 'வனபிகாரி பாபு! நான் உங்களை ஒரு விஷயம் குறித்து கேட்க விரும்புகிறேன். சரியான விடை அளிப்பீர்கள் என்று நம்புகிறேன்!'

'இல்லையில்லை. முதலில் என் கேள்விக்கு பதில் சொல். அந்த மோதிரம் இப்பொழுது உன்னிடம் இருக்கிறதா, இல்லை, வேறெங்காவது வைத்திருக்கிறாயா? எனக்கு சொந்தமான பொருளை நானே மீட்க விரும்புகிறேன்.'

மறைக்க முடியாத கோபத்துடன் ஃபெலுடா இப்பொழுது பேசினார். 'ஓ! அப்படியா?! அப்படியானால் உங்களுக்காக மற்ற மனிதர்களை அனுப்பி, அவர்களை என்னை பின் தொடரச் செய்யவும், அச்சுறுத்தவும் தயங்காதது ஏன்? உங்கள் அடியாள், அதுதான் அந்த கணேஷ் குஹாதானே இன்று சிக்கிய டாக்ஸி டிரைவர் வேஷத்தில் இருக்கிறான். அவன்தான் போலி சன்னியாசியாகவும் இருந்தான் என்று நம்புகிறேன். சரிதானே? அவனை ஸ்ரீவத்சவாவின் வீட்டுக்குள் நுழையச் செய்து, அடுத்த நாள் அவரது காரை பின்தொடரச் செய்ததும் நீங்கள்தான். பின்பு என் மீது ஒரு கண் வைத்திருக்கும்படியும் அவனிடம் சொன்னீர்கள். கவர்னர் மாளிகையில் என் மீது கல் வீசியது, எங்கள் இருவருக்கும் மயக்க மருந்து கொடுக்க முயற்சித்தது, என் மீது அச்சுறுத்தல் அடங்கிய காகிதங்களை வீசியது, இவை எல்லாமே அவன் வேலைதான் இல்லையா?'

வனபிகாரி பாபு சிரித்தார். 'ஒருவன் தானாகவே சின்னச் சின்ன வேலைகள் எல்லாவற்றையும் செய்துவிட முடியாது. முடியுமா என்ன? ஒரு உதவியாளன் இருப்பது நல்லதுதான் என்று உங்களுக்கும் தெரியும். அதுபோக கணேஷ்குஹா நல்ல வலிமை யானவனாகவும் உடல்நலத்துடனும் இருந்ததோடு மட்டுமல்ல. காட்டு விலங்குகளைக் கையாளுவதில் பல ஆண்டுகள் அனுபவம் பெற்றவனும்கூட இந்த விளையாட்டில் அவன் மிகவும் உதவியாக இருப்பான் என்று நினைத்தேன். ஒன்றை மட்டும் உங்களிடம் கூறவேண்டும். அவன் ஏதாவது தவறாக நடந்து கொண்டிருந்தால், நான் சொல்லித்தான் அவன் செய்தான் என்றே எடுத்துக் கொள்ளுங்கள். ஆனால் ஃபெலு பாபு, நீங்கள் செய்தது இவை அனைத்தையும்விட படுமோசமானது. உங்களுக்கு சொந்தமில்லாத ஒன்றை, நீங்கள் எடுத்து வைத்துக் கொண்டிருக்கிறீர்கள். நான் சொல்கிறேன். அது எனக்குச் சொந்தமானது. அது எனக்கு மீண்டும் திருப்பிக் கிடைக்க வேண்டும். அதுவும் இன்றே! இப்பொழுதே!'

கடைசி வார்த்தைகளை அவர் கொஞ்சம் உரக்கவே கூறினார். நான் அமைதியாக இருக்க முயற்சித்த போதிலும் எனது கைகள் ஈரமாகத் தொடங்கியது.

ஸ்பெலுடா பேசத் தொடங்கியபோது, அவரது வார்த்தைகள் உருக்கு போல் தெளிவாக வெளிவந்தன.

'வனபிகாரி பாபு உங்கள் மீது கொலை குற்றச்சாட்டு சுமத்தப்படும் நிலையில் அந்த மோதிரத்தால் உங்களுக்கு என்ன பயன்?'

மிகுந்த கோபத்துடன் வனபிகாரி பாபு நாற்காலியில் இருந்து எழுந்தார். 'என்ன, என்ன தைரியம்? நீங்கள் என்ன சொல்கிறீர்கள் என்றே உங்களுக்குத் தெரியவில்லை! என்ன தைரியம் உங்களுக்கு?'

'என் முன்னால் ஒரு கொலைகாரனை பார்ப்பதாக நான் உறுதியாக நம்புகிறேன் என்ற தைரியம்தான் அது! பியாரிலால் கூறிய அந்த உளவாளி பற்றி இன்னும் கொஞ்சம் கூடவே உங்களால் சொல்ல முடியுமா, இப்பொழுது? உங்களுக்கு அதுபற்றி கொஞ்சம் தெரியும் என்று நினைக்கிறேன்.'

வறண்ட சிரிப்பொன்றை உதிர்த்துவிட்டு வனபிகாரி பாபு கூறினார்: 'விளக்கம் கூறுவதற்கு எதுவும் இல்லை. அது மிகவும் சாதாரணமானதுதான். அந்த மோதிரம் பற்றி மேலும் தகவல் அறிவதற்காக அவரைப் பின்தொடர சிலரை அனுப்பி வைத்திருந்தேன். அதைத்தான் அவர் குறிப்பிடுகிறார் என்று நான் உறுதியாக நம்புகிறேன்.'

'அந்த 'உளவாளி என்ற வார்த்தைக்கும் உங்களது ரகசிய படைக்கும் எந்தவித தொடர்பும் இல்லை என்று நான் சொன்னால்?'

'நீங்கள் என்ன சொல்கிறீர்கள்?'

'பியாரிலாலுக்கு இரண்டாவது முறையாக நெஞ்சு வலி வந்த அன்று காலையில் நீங்கள் அவரைப் பார்க்கச் சென்றிருந்தீர்கள். அவருக்கு நெஞ்சுவலி வருவதற்கு முன்னால் நீங்கள் அவரைப் பார்த்திருக்கிறீர்கள்!'

'அதனால் என்ன, என்னைப் பார்த்த உடனேயே அவருக்கு நெஞ்சு வலி வந்துவிட்டது என்றா சொல்கிறீர்கள்? அன்று மட்டுமல்ல, அதற்கு முன்பும் அவரை நான் அடிக்கடி சந்திக்கச் சென்றிருக்கிறேன்.'

'உண்மைதான். ஆனால், அன்று நீங்கள் வெறும் கையோடு செல்லவில்லை.'

'வெறும் கையோடா! என்ன சொல்ல வருகிறீர்கள் நீங்கள்?'

'அன்று ஒரு பெட்டியுடன் நீங்கள் அவரது வீட்டுக்கு சென்றீர்கள். அந்தப் பெட்டியில், உங்கள் மிருகக் காட்சி சாலையில்

இருக்கும், அந்த மிகப்பெரிய விஷமிக்க, கறுப்பு விதவை என்று அழைக்கப்படுகின்ற ஆப்பிரிக்க சிலந்தி இருந்தது; சரிதானே? பியாரிலால், ஸ்பைடர் (சிலந்தி) என்றுதான் சொல்ல முயற்சித் திருக்கிறார். அந்த வார்த்தை முழுமை பெறாமல் ஸ்பை (உளவாளி) என்று முடிந்துவிட்டது. எனவேதான் சிலந்தி என்பது உளவாளியாக மாறிவிட்டது.'

வனபிகாரி பாபுவின் முகம் வெளிறிப் போனது. மீண்டும் நாற்காலியில் உட்கார்ந்து கொண்டார்.

'ஆனால்... ஆனால், அவரிடம் சிலந்தியைக் காட்டுவதால் எனக்கு என்ன பயன் இருக்கும்?'

'சாதாரண கரப்பான் பூச்சியைக் கண்டாலே அவருக்கு நடுங்கத் தொடங்கிவிடும் என்பது உங்களுக்குத் தெரியாது போலிருக்கிறது. அந்த மோதிரத்தை உங்களிடம் தந்துவிட வேண்டும் என்று சும்மாவேனும் பயமுறுத்துவதுதான் உங்கள் நோக்கமாக இருந்திருக்கலாம். ஆனாலும், அது மோசமான வகையில் முடிந்துவிட்டது, இல்லையா? அந்த சிலந்தியைக் கண்டு பியாரிலாலுக்கு ஏற்பட்ட நடுக்கம்தான் நெஞ்சுவலி வரக் காரணமாக இருந்தது. அதுவே உயிர் இழக்கவும் காரணமாயிற்று. அப்படியானால், உங்களைத் தவிர வேறு யார் அதற்குப் பொறுப்பு? ஆனால், இங்கே உட்கார்ந்து கொண்டு நீங்கள் சொல்கிறீர்கள் அந்த மோதிரத்தை கல்கத்தாவில் வாங்கினீர்கள் என்று! நான் சொல்கிறேன். அதே பதினெட்டு ஆண்டுகளுக்கு முன்பு பியாரிலால் அந்த மோதிரத்தை உங்களுக்குக் காட்டியிருக்கிறார். அன்றிலிருந்தே அதை எப்படியும் அடையவேண்டும் என்று துடித்திருக்கிறீர்கள். உங்கள் வீட்டில், நீங்கள் எப்பொழுதும் பூட்டியே இருக்கும் என்று சொன்ன, அந்த அறையில் மேலும் விலைமதிப்புமிக்க, புராதன பொருள்கள் மறைத்து வைக்கப்பட்டுள்ளன. நீங்கள் நடத்திவரும் மிருகக் காட்சி சாலையின் நோக்கமே திருடர்கள், கொள்ளைக்காரர்களிடம் இருந்து அந்தப் புராதன பொருள்களை பாதுகாப்பதுதான். இதில் எதையாவது உங்களால் மறுக்க முடியுமா?'

கவலை தோய்ந்த குரலில் வனபிகாரி பாபு கேட்டார்: 'மேலும் வேறு என்ன, என்ன நீங்கள் நம்புகிறீர்கள் என்று சொல்ல முடியுமா?'

'நிச்சயமாக முடியும். அந்த மகாராஜாவின் மோதிரத்தை மறுபடியும் நீங்கள் பார்க்கவே முடியாது. உங்கள் எதிர்காலம்

உங்களுக்கு, சரியான தண்டனையைத்தான் தரப்போகிறது என்பதுதான் என் நம்பிக்கை.'

'கணேஷ்!' என்று வனபிகாரி பாபு போட்ட கூச்சல் காற்றில் வெடிச் சத்தமாய் வெளிப் பட்டது.

கணேஷ் குஹா கையில் மரப்பெட்டியை ஏந்திக்கொண்டு அறைக்குள்ளே நுழைந்தார்.

வனபிகாரி பாபு டேப்ரிக்கார்டரை எடுத்துக் கொண்டு அறை யிலிருந்து பின்வாங்கத் தொடங்கினார்.

'முகத்தை மூடிக்கொள்' என்றார் ஃபெலுடா. ஏன், எதற்கு என்று கேட்காமல் அவர் கொடுத்திருந்த கைக்குட்டையை எடுத்து முகத்தை மூடிக் கொண்டேன்.

ஃபெலுடா மற்றொரு கைக்குட்டையை பாக்கெட்டில் இருந்து எடுத்தார். அதோடு கூடவே அவர் வைத்திருந்த பற்பொடி டப்பாவும் வெளியே வந்தது.

இதற்கிடையே கணேஷ் குஹா அந்த மரப்பெட்டியைத் தரையில் வைத்துவிட்டு, அதன்மூடியை எடுத்தார். அவர் பின்வாங்கிச் செல்ல முயன்ற தருணத்தில், கையிலிருந்த பற்பொடி டப்பாவை திறந்து, ஒரு கைப்பிடியளவு பொடியை கணேஷ் குஹாவின் மீதும் வனபிகாரி பாபுவின் மீதும் வீசினார் ஃபெலுடா. பின்னர், வேகமாக தன் முகத்தை கைக்குட்டையால் மறைத்துக் கொண்டார்.

நான் முகத்தை மூடிக்கொண்டிருந்த கைக்குட்டை வழியாக எனக்கு நன்கு பழக்கமான ஒரு வாசனையை லேசாக உணர்ந்தேன். கறுப்பு மிளகுப்பொடி!

அந்த இருவரின் மீதும் வீசப்பட்ட பொடியின் விளைவு எப்படி இருந்தது என்பதை விவரிப்பது கடினம். வலியால் அவர்களது முகங்கள் அஷ்டகோணலாக மாறியதோடு, இடைவிடாத தும்மலும் வலியால் ஏற்பட்ட அலறல்களும் தொடர்ந்தன. வனபிகாரி பாபு தட்டுத் தடுமாறி அறைக்கு வெளியே விழுந்து, படிகளில் உருண்டு சென்று, தரையில் விழுந்தார். கணேஷ் குஹாவின் துன்பமும் அதற்குக் குறைந்ததாக இல்லை. இருந்தாலும், எங்களைத் தப்ப விடாதவாறு கதவை சாத்திவிட அவரால் முடிந்தது.

இப்பொழுது என் கண்கள் தரையில் திறந்தபடி கிடந்த மரப்பெட்டியின் மீது நிலைகுத்தி நின்றன. அதிலிருந்து ஒரு

பாம்பு தலையை உயர்த்தியது. நான் ஏற்கெனவே கேட்டிருந்த நடுநடுங்க வைக்கும் சீறல் அதிலிருந்து எழுந்து வந்தது.

'கிர் ர்ர்ர்ர் கிட் கிட்! கிர் ர்ர்ர்ர் கிட் கிட்!'

முற்றிலும் அதிசயமான வகையில் நான் என்னை வெறுமையாக உணரத் தொடங்கினேன். கைகால்களை அசைக்க முடியாமல் இருந்த என்னால், ஃபெலுடா பெஞ்சின் மீது ஏறிக்கொண்டு என்னையும் எழுந்து நிற்க உதவி செய்ததை மட்டும் உணர முடிந்தது.

அதிகமான பயம் ஒருவரை எந்த மாதிரி ஆக்கிவிடும் என்பதை நான் முதன்முறையாக உணர்ந்தேன். எனது கண்கள் அந்த பாம்பை விட்டு அகலவேயில்லை. அல்லது அந்த பாம்புக்கு நிலைமயக்கும் சக்தி இருந்ததா என்று தெரியவில்லை. வெறித்துப் பார்த்துக் கொண்டிருந்த என் கண்களின் முன்பாகவே, அந்தப் பாம்பு மெதுவாக பெட்டியிலிருந்து வெளியேறி, தனது கிலுகிலுப்பை வாலை ஆட்டிக்கொண்டே சுற்றுமுற்றும் பார்த்ததைப் போலத் தோன்றியது. பிறகு, அதன் பார்வை எங்கள் மீது நிலைத்தது. நாங்கள் இருந்த பெஞ்சை நோக்கி மெதுவாக நகரத் தொடங்கியது. அது கதவை ஒட்டி வளைந்து நெளிந்த வாறே நகர்ந்து வந்தபோதே, அதன் வால் பகுதியிலிருந்து கிலுகிலுப்பை ஆட்டுவது போன்ற சத்தம் தொடர்ந்து வந்து கொண்டிருந்தது. அதன் உடனடியான இலக்காக நானாகத்தான் இருப்பேன் என்று தோன்றியது.

என் பார்வை மெதுவாக மங்கத் தொடங்கியதை என்னால் உணர முடிந்தது. பாம்பு எங்களை நோக்கி நெருங்கி வந்து கொண்டிருந்தது. அங்குமிங்கும் அசையாமல் நிற்பதை மட்டும்தான் என்னால் செய்யமுடிந்தது. பிறகு அது எங்களுக்கு பத்தடி தூரத்தில் இருந்த தருணத்தில், இடி ஒன்று அந்த வீட்டைத் தாக்கியது போன்று இருந்தது. வெடி ஓசையும், பளீர் என்ற ஒளியும், துப்பாக்கி சுட்டபிறகு எழும் கந்தக நாற்றமும் அறைக்குள் பரவின.

அந்தப் பாம்பு?

அந்தப் பாம்பின் தலை நசுங்கி அதன் உடலிலிருந்து விடுபட்டு பிய்த்தெறியப் பட்டிருந்தது. அதன் வால் பகுதி சிறிது நேரம் அசைந்து ஒலி எழுப்பிவிட்டு நின்றது. எங்கும் நிசப்தம்.

அந்த நேரத்தில்தான் நான் நினைவிழந்து போனேன்.

எனக்கு நினைவு திரும்பியபோது ஒரு மரத்தின் அடியில் மெத்தையில் கிடத்தப் பட்டிருந்தேன். எனது தலையும் நெற்றியும்

குளிர்ச்சியாகவும் ஈரமாகவும் இருப்பதை உணர்ந்தேன். நிச்சயமாக யாரோ என் மீது தண்ணீர் தெளித்திருக்க வேண்டும். என் கண்கள் மெதுவாக டாக்டர் ஸ்ரீவத்சவாவின் மீதும், பின்பு என் அப்பாவின் மீதும் சென்று நிலைத்தன.

'இப்பொழுது எப்படி இருக்கிறது தபேஷ் பாபு?' என்ற பரிச்சயமான குரல் கேட்டது. திடுக்கிட்டுப் போன நான் தலையை திருப்பிப் பார்த்தால் அங்கே மகாவீர் இருந்தார். ஆனால், அவர் ஏன் சன்னியாசி உடையை அணிந்திருக்கிறார்?

மகாவீர் சிரித்துக்கொண்டே சொன்னார்: 'நான் உங்களுடன் டெரேலி வரையில் பயணம் செய்தேன். அப்போதும்கூட என்னை அடை யாளம் காண முடியவில்லை உங்களால்!'

அவர் உண்மையிலேயே திறமையான நடிகராகத்தான் இருக்க வேண்டும். அருமையான முறையில் ஒப்பனை செய்து கொண்டிருந்தார். அந்த நீண்ட தாடியில் அவரை அடையாளம் காணவே முடியவில்லை. அதுபோக, அவர் தனது குரலையும் பேச்சு முறையையும்கூட மாற்றி இருந்தார்.

'இப்பொழுது உங்களுக்குப் புரிந்திருக்கும். எனது குறி எவ்வளவு துல்லியமாக உள்ளது என்று! பூல்புலையாவில் நாம் சந்தித்த அன்றே வனபிகாரி பாபுவை நான் சந்தேகப்படத் தொடங்கி விட்டேன். இதற்கு முன்னால் என்னைப் பார்த்ததே இல்லை என்று அவர் அன்று மறுத்துக் கூறினார். உண்மையில் கல்கத்தாவில் எங்கள் வீட்டுக்கு அவர் அடிக்கடி வருவதுண்டு. பலமுறை என்னுடனும் பேசியிருக்கிறார். அந்த மோதிரம் குறித்து அவருக்கும் எனது தந்தைக்கும் சண்டை கூட நடந்ததுண்டு. ஒருசில நாள்களுக்கு முன்புதான் அந்தச் சம்பவம் என் நினைவுக்கு வந்தது!'

இப்பொழுது அப்பா பேசினார். 'உங்கள் காரை காணாத நிலையில் நாங்கள் திரும்பி வந்தோம். காரின் டயர் தடயங்கள் காட்டுக்குள் செல்வதை பார்த்தோம். இருந்தாலும், அதுவும்கூட மகாவீரின் யோசனைதான்.'

'அவர்கள் இருவருக்கும் என்ன ஆயிற்று?'

'அவர்களுக்கு போதுமான அளவுக்குத் தண்டனை கிடைத்திருக் கிறது. ஃபெலுவின் அந்த பொடியாக்கப்பட்ட இடி இருவரையும் நன்றாகவே தாக்கியிருந்தது. இப்பொழுது அவர்களை போலீஸ் கவனித்துக் கொண்டிருக்கிறது.'

'போலீஸா! அவர்கள் எப்படி இங்கே வந்தார்கள்?'

'ஏன், அவர்கள் நம்மோடுதானே வந்தார்கள்? உண்மையில் இன்ஸ்பெக்டர் கார்காரிதான் பிலாஷ் பாபுவாக வந்தார்.'

விசித்திரமாக இருக்கிறது! அந்த கைரேகை ஜோசியர் உண்மையில் போலீஸ் இன்ஸ்பெக்டராக இருக்கும் என்று யாராவது நினைத்திருப்பார்களா? மகாராஜாவின் மோதிரத்தை சூழ்ந்த மர்மம், இப்படிப் போய் முடியும் என்று நான் நினைக்கவே இல்லை.

அது சரி, ஃபெலுடா எங்கே?

என் கண்களை மீண்டும் ஏதோ ஓர் ஒளி தாக்கியது. ஆனால், இந்த முறை பலத்த வெடிச் சத்தம் ஏதும் கேட்கவில்லை. சிறிது தூரத்தில் ஃபெலுடா நின்று கொண்டிருப்பதைப் பார்த் தேன். அவர் அந்த மோதிரத்தை விரலில் அணிந்து கொண்டிருந்தார். மரக்கிளைகளின் வழியாக வந்து விழும் சூரிய ஒளியில், அவர் அந்த மோதிரத்தை இப்படியும் அப்படியுமாகத் திருப்ப, அதன் ஒளிச் சிதறல்தான் நேராக என் கண்களில் வந்து விழுந்திருக் கிறது.

நான் எனக்குள்ளேயே நினைத்துக் கொண்டேன்: இந்த விஷயம் முழுவதிலும் உண்மையானதொரு மகாராஜாவைப் போல், சாதனையாளராக வெளிப்பட்ட ஒருவர் என்றால், அது ஃபெலுடாவைத் தவிர வேறு யாருமில்லை!

ரேயின் உலகப்புகழ் பெற்ற 20 சிறுவர் கதைத் தொகுப்புகள்

- டார்ஜிலிங்கில் ஓர் அபாயம்
- மகாராஜாவின் மோதிரம்
- கைலாஷ் செளதுரியின் ரத்தினக்கல்
- அனுபிஸ் மர்மம்
- கேங்டாக்கில் வந்த கஷ்டம்
- தங்கக் கோட்டை
- கல்கா மெயிலில் நடந்த சம்பவம்
- கைலாஷில் ஒரு கொலையாளி
- சாவி
- வங்கப்புலி மர்மம்
- பூட்டிய பணப்பெட்டி
- பிள்ளையாருக்குப் பின்னே ஒரு மர்மம்
- பம்பாய் கொள்ளையர்கள்
- பிணம் நடந்த மர்மம்
- கல்லறை ரகசியம்
- தேவியின் சாபம்
- மரண வீடு
- மர்மமான ஒரு குடித்தனக்காரர்
- காத்மாண்டு கொள்ளையர்கள்
- நெப்போலியனின் கடிதம்

www.ingramcontent.com/pod-product-compliance
Lightning Source LLC
LaVergne TN
LVHW051546170726
843492LV00006B/1971